सावित्रीबाई फुले पुणे विद्यापीठ–तृतीय वर्ष कला शाखेच्या (T.Y.B.A.)
२०२१–२२च्या सुधारित अभ्यासक्रमानुसार (CBCS पॅटर्न) लिहिलेले क्रमिक पुस्तक
तसेच महाराष्ट्रातील इतर सर्व विद्यापीठांना उपयुक्त.

लोकप्रशासन

(सेमिस्टर ५ व ६)

Public Administration

(Semester V and VI)

डॉ. वैशाली पवार
प्रा. आनंदराव कदम
डॉ. राजकुमार सुरवसे
डॉ. संजय लांडगे

डायमंड पब्लिकेशन्स

लोकप्रशासन
डॉ. वैशाली पवार, प्रा. आनंदराव कदम
डॉ. राजकुमार सुरवसे, डॉ. संजय लांडगे

Lokprashasan
Dr. Vaishali Pawar, Prof. Anandrao Kadam
Dr. Rajkumar Survase, Dr. Sanjay Landage

प्रथम आवृत्ती : २०२१

ISBN : 978-93-91948-09-2

मुखपृष्ठ
शाम भालेकर

अक्षरजुळणी
'अक्षरवेल', दत्तवाडी, पुणे – ४११०३०

प्रकाशक
डायमंड पब्लिकेशन्स
२६४/३ शनिवार पेठ, ३०२ अनुग्रह अपार्टमेंट
ओंकारेश्वर मंदिराजवळ, पुणे–४११ ०३०
☎ ०२०–२४४५२३८७, २४४६६६४२
info@dpbooks.in

ऑनलाईन पुस्तक खरेदीसाठी भेट द्या
www.dpbooks.in

मनोगत

टी.वाय.बी.ए. सेमिस्टर ५ व ६ च्या विषेश स्तर राज्यशास्त्र विषयासाठी (S-3) 'लोकप्रशासन' हा नवीन अभ्यासक्रम २०२१ पासून आहे. राज्यशास्त्र विषयातील लोकप्रशासन हा विषय अत्यंत महत्त्वपूर्ण आहे. लोकप्रशासन हा प्रशासनाशी संबंधित तसेच धोरण निश्चिती व अंमलबजावणीशी संबंधित विषय असल्याने विद्यार्थ्यांना तो स्पर्धा परिक्षांसाठीदेखील उपयुक्त आहे. राज्यशास्त्र स्पेशल असणाऱ्या विद्यार्थ्यांना लोकप्रशासनातील मूलभूत संकल्पना तसेच नवे बदल समजण्यासाठी सोप्या शब्दांमध्ये मांडणी करण्याचा प्रयत्न आम्ही सर्व लेखकांनी केला आहे. हे अभ्यास साहित्य आहे. हे तयार करण्यासाठी प्रा. डॉ. सुहास पळशीकर यांच्या मराठी विश्वकोशातील (खंड-१५) लोकप्रशासन या लेखाचा आधार घेतलेला आहे. तसेच राज्यशास्त्र कोशाचादेखील आधार घेतलेला आहे. त्याबद्दल आम्ही त्यांचे आभारी आहोत. डॉ. वैशाली पवार, प्रा. आनंदराव कदम, डॉ. राजकुमार सुरवसे, डॉ. संजय लांडगे या लेखकांनी या पुस्तकातील प्रकरणे लिहिली आहेत. लोकप्रशासन, नवलोकप्रशासन, शासनव्यवहार, नोकरशाही ही प्रकरणे डॉ. वैशाली पवार यांनी लिहिली आहेत. अंदाजपत्रक हे प्रकरण प्रा. आनंदराव कदम यांनी तर सेवकप्रशासन व जबाबदारी आणि नियंत्रण ही प्रकरणे डॉ. राजकुमार सुरवसे यांनी व लोकप्रशासनाचे दृष्टीकोन हे प्रकरण डॉ. संजय लांडगे यांनी लिहिली आहेत. हे 'टीम वर्क' स्वरूपातील काम आहे. चारही लेखक अनुभवी व विशेषतज्ज्ञ आहेत. त्यांचा शिकविण्याचा अनुभव प्रदीर्घ आहे. ग्रामीण व शहरी विद्यार्थ्यांची पार्श्वभूमी लक्षात घेऊन पुस्तकात मांडणी केली आहे. या पुस्तकातून विद्यार्थ्यांना विषयाचे ज्ञान आणि कौशल्य मिळणार आहे; शिवाय समकालीन संदर्भातील ज्ञान देण्याचा प्रयत्न केला आहे. त्यामुळे टी. वाय. बी. ए. च्या स्पेशल विषय असणाऱ्या विद्यार्थ्यांचा ज्ञान व्यवहार सोपा व सुखकर होईल. शिक्षणाचा आनंद मिळेल असे हे पुस्तक आहे. तसेच स्पर्धा

परिक्षांची तयारी करु इच्छिणाऱ्या विद्यार्थ्यांसाठीदेखील हे पुस्तक उपयोगी आहे.

डॉ. वैशाली पवार, प्रा. आनंदराव कदम, डॉ. राजू सुरवसे, डॉ. संजय लांडगे या लेखकांनी अल्पावधीमध्ये आपले लेखनकार्य पूर्ण केले म्हणूनच हे अभ्यास साहित्य निर्माण होऊ शकले. याशिवाय हे अभ्यास साहित्य छापण्याची जबाबदारी डायमंड पब्लिकेशन्सचे श्री. दत्तात्रेय पाष्टे यांनी घेतली त्याबद्दल आम्ही त्यांचे ऋणी आहोत.

डॉ. वैशाली पवार
प्रा. आनंदराव कदम
डॉ. राजकुमार सुरवसे
डॉ संजय लांडगे

लेखक परिचय

१) **डॉ. वैशाली पवार** – श्री. शाहू मंदिर महाविद्यालय पर्वती, पुणे येथे सहयोगी प्राध्यापक व राज्यशास्त्र विभाग प्रमुख म्हणून कार्यरत आहेत.

२) **प्रा. आनंदराव कदम** – शारदाबाई पवार महिला कला, वाणिज्य व विज्ञान महाविद्यालय, बारामती येथे सहयोगी प्राध्यापक व राज्यशास्त्र विभागप्रमुख म्हणून कार्यरत आहेत.

३) **डॉ. राजकुमार सुरवसे** – शारदाबाई पवार महिला कला, वाणिज्य व विज्ञान महाविद्यालय, बारामती येथे राज्यशास्त्राचे साहाय्यक प्राध्यापक म्हणून कार्यरत आहेत.

४) **डॉ. संजय लांडगे** – डॉ. बी. एन. पी. कला व एस. एस. जी. जी. वाणिज्य महाविद्यालय, लोणावळा, येथे साहाय्यक प्राध्यापक व राज्यशास्त्र विभागप्रमुख म्हणून कार्यरत आहेत.

अनुक्रम

सेमिस्टर ५

प्रकरण १

लोकप्रशासन
Public Administration

अ) **अर्थ** (Meaning)
ब) **स्वरूप** (Nature)
क) **व्याप्ती व महत्त्व** (Scope and Significance)

प्रस्तावना (Introduction)

लोकप्रशासन हा विषय राज्यशास्त्राची एक उपशाखा आहे. १८७३ मध्ये अमेरिकन पोलिटिकल सायन्स असोसिएशने लोकप्रशासन या विषयाला राज्यशास्त्रांची उपशाखा म्हणून मान्यता दिली. याचाच अर्थ राज्यशास्त्राची लोकप्रशासन ही उपशाखा राहावी असा दृष्टिकोन राज्यशास्त्र विषयाचा आहे. विसाव्या शतकाच्या पूर्वार्धात लोकप्रशासनाचे अभ्यासक हे राज्यशास्त्राचेही अभ्यासक होते. मात्र, दुसऱ्या महायुद्धानंतर प्रशासनाचा अभ्यास करणाऱ्या गटाने राज्यशास्त्रापासून अलिप्त राहण्याची भूमिका घेतली. या घडामोडींचा लोकप्रशासनावर परिणाम होऊन लोकप्रशासन हा विषय प्रशासनशास्त्र किंवा प्रशासकीय शास्त्र या विषयाची उपशाखा बनण्याची शक्यता निर्माण झाली; म्हणजेच राज्यशास्त्राऐवजी लोकप्रशासन हा विषय प्रशासनशास्त्राची उपशाखा बनला. यानंतर वॉल्डो यांनी राज्यशास्त्र व प्रशासनशास्त्र या दोन विद्याशाखांपेक्षा लोकप्रशासन हा विषय वेगळा असल्याची भूमिका घेतली (१९६०). त्यांनी लोकप्रशासनाला एक वेगळा व स्वतंत्र अभ्यासविषय म्हणून दर्जा मिळवून देण्याचा प्रयत्न केला. त्यासाठी त्यांनी लोकप्रशासनातील लोक या घटकांवर भर दिला. व्यवसाय प्रशासनापेक्षा सार्वजनिक व्यवहारांचे प्रशासन गुणात्मकदृष्ट्या वेगळे असते, हे त्यांनी स्पष्ट केले. वॉल्डो यांच्या भूमिकेला नवलोकप्रशासन चळवळीचे पाठबळ

मिळाले. त्यामुळे सत्तरीच्या दशकात एक स्वतंत्र अभ्यास विषय म्हणून लोकप्रशासनाची वेगाने वाटचाल झाली. या जागतिक घडामोडींचे परिणाम भारताच्या लोकप्रशासनावर झाले.

तीसच्या दशकात लखनौ विद्यापीठाने सर्वप्रथम लोकप्रशासनाचा राज्यशास्त्राच्या पदव्युत्तर अभ्यासक्रमातील एक विषय म्हणून समावेश केला. यानंतर मद्रास विद्यापीठाने लोकप्रशासनाचा स्वतंत्र पदविका अभ्यासक्रम सुरू केला (१९३७). यापुढे जाऊन नागपूर विद्यापीठाने प्रशासनाचा स्वतंत्र विभाग सुरू केला. (१९४९) या घडामोडीवरून असे दिसते की, भारतातदेखील अमेरिकेप्रमाणे स्वतंत्र विषय म्हणून लोकप्रशासन या विषयाचा अभ्यास करण्याचा कल वाढला. त्यामुळे १९५४ मध्ये इंडियन इन्स्टिट्यूट ऑफ पब्लिक ॲडमिनिस्ट्रेशन (आयआयपीए) या संस्थेची स्थापना झाली. इंडियन इन्स्टिट्यूट ऑफ मॅनेजमेंट (अहमदाबाद), इन्स्टिट्यूट ऑफ पब्लिक एंटरप्रायझीस (हैदराबाद), महाराष्ट्र इन्स्टिट्यूट ऑफ डेव्हलपमेंट ॲडमिनिस्ट्रेशन (निडा-महाराष्ट्र), इंडियन इन्स्टिट्यूट ऑफ लोकल सेल्फ गव्हर्नमेंट (मुंबई) या संस्थांमुळे लोकप्रशासनाच्या अभ्यासाला बळ मिळाले. यामध्ये भर मसुरी व हैदराबाद येथील संस्थांनी घातली. यावरून लोकप्रशासन विषयाचे तीन कल दिसतात. १) लोकप्रशासन ही प्रशासनशास्त्राची उपशाखा राहावी. २) लोकप्रशासन ही राज्यशास्त्राची उपशाखा असावी. ३) लोकप्रशासन 'स्वतंत्र अभ्यासक्षेत्र' असावे. या पार्श्वभूमीवर लोकप्रशासनाचा अर्थ, स्वरूप, व्याप्ती व महत्त्व समजून घेणे उचित ठरेल.

अ) अर्थ (Meaning)

प्रशासन, प्रशासनशास्त्र आणि लोकप्रशासन या संकल्पना एकमेकींशी संबंधित असल्या तरी त्यांचे अर्थ वेगवेगळे आहेत. विशिष्ट हेतू साध्य करण्यासाठी अनेक व्यक्तींचे संचलन, संयोजन, नियंत्रण, परस्परांशी सहकार्य अशा तत्त्वांचा समावेश प्रशासन या संकल्पनेत केला जातो. प्रशासन या संकल्पनेत खासगी प्रशासन, लोकप्रशासन, नागरी किंवा लष्करी प्रशासन यांचा समावेश होतो. एवढेच नव्हे तर कार्यकारी मंडळाच्या संदर्भात 'प्रशासन' हा शब्द वापरला जातो. उदा. भारतीय प्रशासन-पंडित जवाहरलाल नेहरू व इंदिरा गांधी यांचे प्रशासन वेगवेगळे होते; किंवा राजीव गांधी व मनमोहन सिंग यांच्या प्रशासनात साम्य दिसते; असे शब्द वापरण्यातून प्रशासन ही संकल्पना कार्यकारी मंडळाच्या संदर्भात वापरली असे दिसते. प्रशासनात शास्त्रीयतेचा दावा केला जातो. सिद्धान्त व संकल्पना यांच्या निर्मितीबरोबरच 'उपयोगिता' या तत्त्वाचा आग्रह धरला जातो. तेव्हा प्रशासन हे प्रशासनशास्त्र बनते (पळशीकर).

प्रशासन व प्रशासनशास्त्र यांपेक्षा वेगळ्या अर्थाने लोकप्रशासनाचा अर्थ स्पष्ट केला जातो. यामध्ये 'लोक' या शब्दावर भर दिला. 'लोक' या शब्दाचा अर्थ 'राज्याचे नागरिक' असा राज्यसंस्थेच्या चौकटीत होतो.

१) 'लोकप्रशासन' म्हणजे राज्यसंस्थेच्या सर्व नागरिकांसाठी शासनाच्या धोरणांच्या कार्यवाहीसाठी कुशल किंवा प्रशिक्षित सेवाशाश्वती असणारा, नियमित वेतन घेणारा सेवक वर्ग आणि त्यांची श्रेणीबद्ध रचना म्हणजे लोकप्रशासन होय' यावरून असे दिसते की, सेवक वर्ग आणि त्यांची संघटना किंवा श्रेणीबद्ध रचना या दोन मुद्द्यांचा समावेश लोकप्रशासनात होतो.

२) व्यापक अर्थाने सर्व शासकीय व्यवहारांना 'लोकप्रशासन' म्हणता येते (पळशीकर). शासकीय व्यवहार सार्वजनिक स्वरूपाचे असतात. सार्वजनिक हिताची किंवा कल्याणाची कार्ये पार पाडली जाणारी यंत्रणा असा लोकप्रशासनाचा अर्थ घेतला जातो.

३) राज्यसंस्थेच्या सार्वजनिक धोरणांची कार्यवाही करणारी यंत्रणा असा लोकप्रशासनाचा अर्थ होतो. यामुळे ल्युथर ग्युलीक यांनी लोकप्रशासन व कार्यकारी विभाग यांच्या संदर्भात लोकप्रशासनाची व्याख्या केली आहे.

ब) स्वरूप (Nature)

लोकप्रशासनाचे स्वरूप धोरण पूर्णत्वास नेण्यास आवश्यक असलेला भाग व व्यवस्थापकीय असलेला भाग अशा दोन चौकटीत स्पष्ट केले जाते.

१) कायद्याची तपशीलवार कार्यवाही करणे हे लोकप्रशासनाचे स्वरूप आहे. कायद्याच्या चौकटीबाहेर लोकप्रशासन जात नाही.

२) सार्वजनिक धोरणांची कार्यवाही किंवा अंमलबजावणी हेच लोकप्रशासनाचे मुख्य स्वरूप असले तरी लोकप्रशासन सार्वजनिक धोरणनिश्चिती प्रक्रियेत भाग घेते. काटेकोरपणे प्रशासन हे धोरण ठरविण्याच्या प्रक्रियेपासून अलिप्त असेल तरी प्रत्यक्षात त्यांच्याकडील प्रशासकीय तज्ज्ञतेमुळे प्रशासकीय अधिकारी धोरणनिश्चितीच्या प्रक्रियेवर प्रभाव टाकतात.

३) लोकप्रशासनाचा व्यवहार हा 'ना नफा' या तत्त्वावर चालतो. त्यामुळे खासगी प्रशासनापेक्षा अनेक बाबतीत लोकप्रशासन वेगळे असते. मात्र, त्यांची कार्यपद्धती व संघटनेचे तत्त्व सारखेच असल्याचे दिसते.

लोकप्रशासनाच्या व्याख्या

- लोकप्रशासनाचे स्वरूप व्यापक व संकुचित अशा दोन पद्धतीने व्याख्यांमधून

दिसून येते. एल.डी. व्हाईट यांनी व्यापक अर्थाने लोकप्रशासनाची व्याख्या मांडली आहे.

- कायद्याची सविस्तर किंवा तपशीलवार आणि पद्धतशीर अंमलबजावणी किंवा कार्यवाही करणे म्हणजे लोकप्रशासन होय. – **वुड्रो विल्सन**
- लोकप्रशासनात अशा सर्व कृतींचा आणि कार्याचा समावेश केला जातो. ज्यांचा उद्देश सार्वजनिक धोरणांची पूर्तता किंवा कार्यवाही करणे हा असतो. – **एल.डी.व्हाईट**
- लोकप्रशासनाचा संबंध शासनसंस्थेच्या कार्यकारी विभागाशी येत असतो. कार्यकारी विभागाद्वारे शासनाचे कार्य राबविले जाते. या अर्थाने लोकप्रशासन कार्यकारी विभागाचा विस्तार असतो. – **ल्युथर ग्युलीक**

क) व्याप्ती व महत्त्व (Scope and Significance)

लोकप्रशासनाची व्याप्ती व्यापक व संकुचित अशा दोन प्रकारे स्पष्ट केली जाते. हेन्री फेयॉल व ल्यूथर ग्यूलीक या विचारवंतांनी लोकप्रशासनाची व्याप्ती संकुचित अर्थाने स्पष्ट केलेली आहे. वॉलकर व एल. डी. व्हाईट यांनी लोकप्रशासनाची व्याप्ती व्यापक अर्थाने स्पष्ट केली आहे.

लोकप्रशासनाची व्याप्ती पुढीलप्रमाणे :-

१) सार्वजनिक प्रशासनयंत्रणा कोण-कोणत्या कृती करतात यांचा समावेश होतो.

२) प्रशासनयंत्रणेची रचना कशी असते, तिने कोणत्या जबाबदाऱ्या स्वीकाराव्यात यांचा समावेश व्याप्तीमध्ये होतो.

३) प्रशासकीय संघटनेची तत्त्वे, संघटनविषयक सिद्धान्त हा लोकप्रशासनाचा एक महत्त्वाचा घटक आहे.

४) व्यवस्थापन, नेतृत्व व कार्यकारी प्रमुख आणि त्याचे स्थान यांचा प्रशासनात अभ्यास केला जातो.

५) आर्थिक प्रशासन या उपविषयात आर्थिक धोरणांच्या अंमलबजावणीचे प्रश्न, आर्थिक नियोजन, अर्थव्यवहारांचे नियंत्रण, मूल्यमापन यांचा समावेश होतो. शासनाने आखलेली आर्थिक धोरणे लोकप्रशासनामार्फत अमलात आणली जातात. लेखापरीक्षा, मूल्यमापन आणि आर्थिक नियंत्रण यांचाही अभ्यास लोकप्रशासनाच्या व्याप्तीमध्ये होतो.

६) प्रशासक वर्गाची भरती तसेच प्रशिक्षण यांचाही समावेश यामध्ये होतो. १८७७ साली राज्यशास्त्राचे प्राध्यापक व अमेरिकेचे राष्ट्राध्यक्ष वुड्रो विल्सन

यांनी शासन आणि प्रशासन हे दोन स्वतंत्र विषय आहेत, असे म्हटले. प्रशासनाच्या प्रश्नाचा स्वतंत्र विचार केला जावा, याकडे त्यांनी पहिल्यांदा लक्ष वेधले. विसाव्या शतकामध्ये अमेरिकेमध्ये तटस्थ व शास्त्रीय पद्धतीने प्रशासनाचा अभ्यास सुरू झाला.

१) प्रशासकीय सिद्धान्त (Administrative Theory)

प्रशासनांची काही सार्वत्रिक कार्ये असतात. कोणत्याही समाजामध्ये कोणत्याही परिस्थितीमध्ये प्रशासनाची तत्त्वे अस्तित्त्वात असतात त्यांना मूलभूत तत्त्वे असे म्हणता येते. असा विचार ल्यूथर ग्यूलीक आणि लिंडल उर्विक यांनी मांडला. नियोजन, संघटन, सेवक नियुक्ती मार्गदर्शन, सुसूत्रीकरण, वृत्तान्त निवेदन आणि मूल्यमापन, अर्थसंकल्प ही प्रशासनाची मूलभूत तत्त्वे आहेत. 'पोस्टकॉर्ब' या नावाने ही तत्त्वे ओळखली जातात. कोणतीही संघटना ही तत्त्वे स्वीकारल्याशिवाय सुरळीतपणे चालू शकत नाही हा विचार ग्युलीक यांनी मांडला.

दुसऱ्या महायुद्धानंतर संघटनेच्या कार्यात्मक तत्त्वांप्रमाणेच रचनात्मक तत्त्वेही पाळली पाहिजेत असा विचार मांडला गेला. लेनर्ड व्हाइट, हेन्री फेयॉल या विचारवंतांनी या विचारांचा पुरस्कार केला. श्रेणीबद्ध रचना, नियंत्रण कक्षा, आज्ञैक्य आणि विकेंद्रीकरण ही ती तत्त्वे आहेत. प्रशासनात कामांची व पदांचीही विभागणी असते. यातून श्रेणीबद्ध रचना तयार होते. प्रत्येक पातळीवरती सेवकांची जबाबदारी निश्चित असते. निर्णय व व्यवस्थापन वरिष्ठ पातळीवर होते तर पर्यवेक्षण व सुसूत्रीकरण मध्यम पातळीवरती होते. क्रमवार कार्यपद्धती श्रेणीबद्ध रचनेतून निर्माण होते.

अ) विकेंद्रीकरण (Decentralization)

अधिकार व कामाचे विभाजन किंवा विकेंद्रीकरण केल्याने अधिकारांचा गैरवापर टाळता येतो.

ब) नियंत्रण कक्षा (Span of Control)

एका पदाधिकाऱ्याने किती कनिष्ठांवर प्रत्यक्ष नियंत्रण ठेवावे यास 'नियंत्रण कक्षा' असे म्हटले जाते. नियंत्रण कक्षा मर्यादित असल्यास नियंत्रणक्षमता व नियंत्रणाची गुणवत्ता वाढते.

क) आज्ञैक्य (Unity of Command)

एका सेवकाला एकाच पदाकडून आदेश मिळणे यास 'आज्ञैक्य' असे म्हणतात. विविध यंत्रणा व पदाधिकाऱ्यांकडून आज्ञा केल्या जात असतील तर त्याच्या अंमलबजावणीमध्ये व सुसूत्रीकरणामध्ये बाधा निर्माण होते.

हर्बर्ट सायमन, सी.ड्वाइट वॉल्डो व रॉबर्ट डाल यांनी या तत्त्वांच्या मर्यादा स्पष्ट केल्या. प्रशासनाची सार्वजनिक अशी तत्त्वे नसतात असे त्यांचे म्हणणे होते.

एक तत्त्व पाळल्याने दुसऱ्याला छेद जातो. त्यामुळे ही तत्त्वे संघटनानिर्मितीचा आधार ठरू शकत नाहीत असे त्यांनी म्हटले.

फ्रेडरिक टेलर यांनी संघटनाविषयक शास्त्रीय व्यवस्थापन सिद्धान्त मांडला. सेवकांची कार्यक्षमता वाढेल अशी कार्यपद्धती संघटनेने स्वीकारली पाहिजे. व्यक्ती-व्यक्तींमधील संबंध, भावना, आवडी-निवडी यांना या सिद्धान्तात महत्त्व नाही. ठराविक तत्त्वांची शास्त्रीय पद्धतीने अंमलबजावणी करण्यातून सेवकांची कार्यक्षमता वाढते. असे या सिद्धान्ताचे म्हणणे होते. टेलरचे हे विचार मुख्यतः औद्योगिक व्यवस्थापनाशी संबंधित होते. कार्यक्षमता ही फक्त यांत्रिक घटकांवरच अवलंबून असते, हा विचार या सिद्धान्तातून प्रशासनात रुजला.

प्रशासकीय संबंध व्यक्तिनिरपेक्ष, कामाची ठराविक पद्धत, कामामध्ये नियमितता, संघर्ष वरिष्ठ पातळीवरतीच सोडविणे, वरिष्ठांबद्दल आदर, निष्ठा यांना औपचारिक किंवा यांत्रिकी दृष्टिकोनात महत्त्व असते.

दुसऱ्या महायुद्धानंतर प्रशासनाच्या यांत्रिकी दृष्टिकोनाला आव्हान दिले गेले. प्रशासन हा मानवी व्यवहारांचा एक भाग मानून प्रशासनामध्ये मानवी व्यवहारांना महत्त्व देणारा सिद्धान्त मांडला गेला. केवळ शास्त्रशुद्ध व्यवस्थापनामुळे प्रशासनाची कार्यक्षमता वाढते, असे नाही तर इतरही अनेक घटक त्यास जबाबदार असतात. संघटनेची रचना औपचारिक करण्यापेक्षा अनौपचारिक करण्यावरती हा दृष्टिकोन भर देतो. संघटना बंदिस्त व अतिऔपचारिक नसावी. संघटना व तिचे सामाजिक पर्यावरण यांचा एकत्रित विचार करणारा पर्यावरणलक्षी सिद्धान्त मांडला गेला. एल्टन मेयो यांनी प्रशासकीय कार्यक्षमता व सेवकांची मानसिकता यांचा संबंध स्पष्ट केला. त्यानंतर लोकप्रशासनामध्ये मानसशास्त्रीय व सामाजिक घटकांच्या अभ्यासाला सुरुवात झाली.

हर्बर्ट सायमन यांनी संघटनेच्या अनौपचारिक रचनेवर भर दिला. प्रशासकीय सिद्धान्तामध्ये त्यांनी वर्तनवादी विचार मांडले. निर्णयाची निर्मिती ही रचनेत नसते तर व्यक्तीच्या मनामध्ये असते; या त्यांच्या विचारातून संघटनेच्या पर्यावरणाला महत्त्व प्राप्त झाले.

२) सेवकप्रशासन आणि नोकरशाही (Personnel Administration and Bureaucracy)

सेवकप्रशासनामध्ये सेवक वर्ग कसा असावा, त्याची नेमणूक कोणत्या पद्धतीने केली जावी, त्यांच्यावरती नियंत्रण कसे ठेवावे यांचा समावेश होतो. प्रशासकीय

सेवकवर्गाची विभागणी तीन प्रकारे केली जाते. १) कार्यकारी अभिकरण (लाइन एजन्सी), २) सल्लागार अभिकरण (स्टाफ एजन्सी), ३) साहाय्यक अभिकरण या तिन्हींच्या कामाच्या स्वरूपात फरक असतो. लाइन एजन्सीच्या बाह्य जगाशी संबंध असतो, तर उरलेल्या दोन घटकांचा संबंध लोकांशी नसतो; तसेच प्रत्यक्ष अंमलबजावणीशी नसतो. सेवकभरती ही गुणवत्तेच्या आधारे व सर्वांसाठी खुली असावी हे तत्त्व आज सर्वत्र स्वीकारलेले दिसते. सेवक वर्गाला सार्वजनिक हिताची जाण असावी, तो सत्ता स्पर्धेपासून दूर असावा, त्याच्याकडे व्यवस्थापन कौशल्य असावित यासाठी त्याची निवड नि:पक्षपातीपणे होणे गरजेचे आहे. चांगले प्रशासन लोकांना मिळण्यासाठी सर्व घटकांचा अभ्यास गरजेचा आहे.

मॅक्स वेबर यांनी नोकरशाही ही संकल्पना प्रथम मांडली. नोकरशाही हा संघटनेचा एक प्रकार आहे. लोकप्रशासनामध्ये नोकरशाहीऐवजी सनदी सेवक, प्रशासन असे शब्दप्रयोग वापरले जातात. लोकप्रशासन नोकरशाहीचा अभ्यास करण्याऐवजी सेवकांची भरती, प्रशिक्षण, बढती यांचा अभ्यास करते.

आधुनिक काळात नोकरशाहीचा धोरण-प्रक्रियेतील सहभाग वाढला आहे. त्यामुळे लोकांचा शासनातील सहभाग अशक्य झाला आहे. ज्यांचे नोकरशाही यंत्रणेवर नियंत्रण आहे. त्यांच्या हातामध्ये सर्व सत्ता केंद्रित झालेली आहे. नोकरशाहीचे महत्त्व वाढत असताना तिची गुणवत्ता, सेवाभाव व मानवतावादी दृष्टिकोन लोप पावत आहे. नोकरशाही रचनेमध्ये संपूर्ण समाजाचे प्रतिनिधित्व नसते. मध्यमवर्गाचे त्यावरती नियंत्रण असते; यातूनच हॅरी कॅन्झ, सॅम्युएल किस्लाव्ह या अभ्यासकांनी प्रातिनिधिक नोकरशाहीचा विचार मांडला. नोकरशाही अधिक संवेदनक्षम आणि लोकाभिमुख बनविणे हा प्रातिनिधिक नोकरशाहीचा उद्देश आहे. लोक समित्या, सल्लागार समित्या यांमार्फत नोकरशाही प्रातिनिधिक स्वरूपाची बनविणे शक्य आहे. यामुळे जलद निर्णय, सामाजिक न्याय व अधिक चांगल्या सेवा देता येतील.

३) **विकासक्रम** (Evolution)

राजकीय नेते निर्णय घेतात, धोरण ठरवितात व प्रशासनाने त्याची अंमलबजावणी करावयाची असते, या तत्त्वावरती सुरुवातीला लोकप्रशासनाचा विकास झाला. १९२६ साली लेनर्ड व्हाइट यांनी लिहिलेल्या पुस्तकापासून मूल्यरहित अशा शास्त्रशुद्ध प्रशासनाचा विचार पुढे आला. व्हाइट, विल्यम एफ. विलबी, उर्विक, ग्युलीक, आंरी फायॉल या अभ्यासकांनी लोकप्रशासन हा शास्त्रीय अभ्यासविषय मानून प्रशासनाची शास्त्रीय तत्त्वे व सार्वजनिक सिद्धान्त यांची मांडणी केली. लोकप्रशासनाच्या विकासाच्या पहिल्या टप्प्यात राज्यशास्त्र व लोकप्रशासन यांच्यामध्ये केलेला फरकाचा

पुनर्विचार सुरू झाला. प्रशासन कोणत्याही प्रकारचे असले तरी ते सर्वत्र सारखेच असते, त्याची अभ्यासपद्धती एकच असते असा विचार पुढे आला. प्रशासनाचा अभ्यास अधिक वर्तनलक्षी व विविधतापूर्ण झाला.

४) तुलनात्मक लोकप्रशासन (Comparative Public Administration)

प्रत्येक समाजाची संस्कृती वेगवेगळी असते; त्यामुळे प्रत्येक समाजातील लोकप्रशासनाची रचना, जबाबदाऱ्या, प्रशासकांचे वर्तन यांचे स्वरूपही वेगळे असते, असा विचार १९४५ नंतर मांडला गेला. फ्रेड रिग्ज यांच्या नेतृत्वाखाली अमेरिकन सोसायटी फॉर पब्लिक ॲडमिनिस्ट्रेशन या संस्थेने १९६३ तुलनात्मक लोकप्रशासनाचा अभ्यास करण्यास सुरुवात केली. तुलनात्मक अभ्यासामुळे अमेरिकन लोकप्रशासनाच्या अभ्यासाबरोबरच तिसऱ्या जगातील लोकप्रशासनाचा अभ्यास केला जाऊ लागला. अमेरिकेतील फोर्ड प्रतिष्ठानने विकसनशील देशांच्या प्रशासनाचा अभ्यास करण्यासाठी आर्थिक मदत दिल्याने तुलनात्मक लोकप्रशासनाबरोबरच विकासप्रक्रियेचादेखील लोकप्रशासनाच्या चौकटीत अभ्यास सुरू झाला. धोरण प्रक्रियेतील वेगवेगळे प्राधान्यक्रम त्यामागील नैतिक प्रश्न, विकासप्रक्रियेतील प्रशासनाची भूमिका यांचा अभ्यास तुलनात्मक लोकप्रशासनात होऊ लागला.

५) विकासलक्षी प्रशासन (Developmental Administration)

आधुनिक काळात लोककल्याण व विकासाची जबाबदारी लोकप्रशासनावरती आहे. वाढत्या जबाबदाऱ्या पूर्ण करण्यासाठी नवी प्रशासकीय रचना निर्माण करावी लागली. प्रशासनाची नवी भूमिका, त्यासाठी लागणारी कौशल्ये यांचा अभ्यास लोकप्रशासनात होऊ लागला. विकसनशील देशांमध्ये शासन तसेच आंतरराष्ट्रीय संस्थांच्या आर्थिक मदतीमुळे नियोजन, विकासाची प्रारूपे यांसंबंधी लोकप्रशासनात संशोधन होत आहे. या अभ्यासाला 'विकासलक्षी प्रशासन' असे म्हटले जात आहे. सुरुवातीला विकासलक्षी प्रशासनात केवळ विकासाच्या आर्थिक बाजूवर भर दिला. परंतु नंतर विकासाच्या गुणात्मक परिणामांचा व सामाजिक परिणामांचाही विचार केला जाऊ लागला. आज लोकप्रशासनाच्या व्याप्तीचा एक महत्त्वाचा घटक म्हणून विकासलक्षी प्रशासनाकडे पाहिले जात आहे.

६) नवलोकप्रशासन (New Public Administration)

लोकप्रशासनाच्या अभ्यासाला विशिष्ट दिशा देऊ पाहणारी एक चळवळ म्हणून नवलोकप्रशासनाकडे पाहिले जाते. प्रत्यक्ष विरोध, तांत्रिकता विरोध आणि पदसोपान विरोध ही नवलोकप्रशासनाची वैशिष्ट्ये आहेत. १९६८ नंतर इवाइट

वॉल्डो, जॉर्ज फ्रेडरिकसन या अभ्यासकांनी लोकप्रशासन अधिक मानवकेंद्रित करण्यावरती भर दिला, नैतिकतेला प्राधान्य, मूल्याधिष्ठित प्रशासन या विचारांना चालना मिळाली. मॅक्स वेबरच्या प्रशासनाच्या प्रारूपाचा अतिरेक कमी करण्याचा प्रयत्न नवलोकप्रशासनाने केला.

७) सार्वजनिक धोरण (Public Policy)

सार्वजनिक धोरण ही एक राज्यशास्त्रातील उपविद्याशाखा आहे. सार्वजनिक धोरण या विद्याशाखेच्या उदयाची बीजे सामाजिक शास्त्राच्या अभ्यासक्षेत्रात व संकल्पनांमध्ये आहेत. त्यामुळे धोरण विश्लेषणापेक्षा व्यापक व सर्वसमावेशक अर्थाने 'सार्वजनिक धोरण' ही संकल्पना वापरली जाते. अर्थशास्त्र, समाजशास्त्र, राजकीय अर्थशास्त्र, कार्यक्रम मूल्यमापन, धोरण विश्लेषण आणि सार्वजनिक व्यवस्थापन इत्यादी सामाजिक शास्त्रांमध्ये सार्वजनिक धोरण या विद्याशाखेचे आधार मिळतात. परंतु प्रामुख्याने राज्यशास्त्र व लोकप्रशासन या दोन विद्याशाखांमधून ही नवी शाखा पुढे आली आहे.

महत्त्व (Significance)

लोकप्रशासन मानवाच्या जन्मापासून ते मृत्यूपर्यंतची सर्व कामे किंवा जबाबदाऱ्या पार पाडत असते. कायदा सुव्यवस्था, विकास या सर्वच दृष्टिकोनातून लोकप्रशासनाची भूमिका महत्त्वाची ठरते. आज जगातील सर्वच देशांमध्ये प्रशासनाचे महत्त्व वाढलेले आहे. शासनाचे, विकासाचे, बदलाचे एक साधन म्हणून लोकप्रशासनाचे महत्त्व आधुनिक राज्यसंस्थेमध्ये वाढलेले आहे. लोकांच्या कल्याणाच्या दृष्टीने राज्यसंस्थेला क्रियाशील बनविण्याच्या दृष्टीनेही लोकप्रशासनाचे अनन्यसाधारण असे महत्त्व आहे.

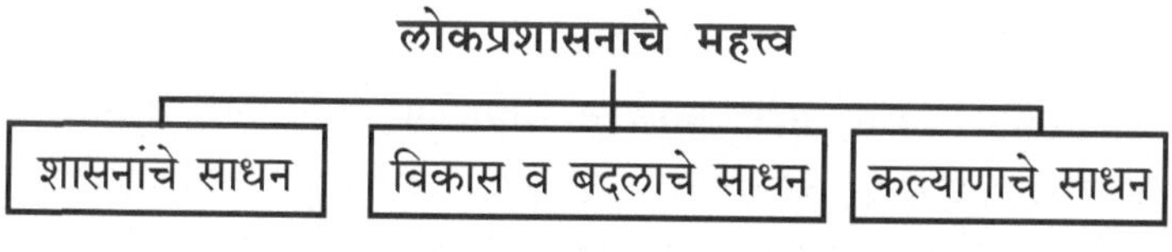

१) शासनाचे एक साधन या दृष्टीने लोकप्रशासनाचे महत्त्व

शासन करणे हे शासनाचे प्राथमिक व महत्त्वाचे कार्य आहे. याचा अर्थ शांतता राखणे, कायदा व सुव्यवस्था राखणे, नागरिकांच्या जीविताची व संपत्तीच्या संरक्षणाची व सुरक्षिततेची हमी देणे तसेच त्यांच्यातील वादाची सोडवणूक करणे. शासनाची ही भूमिका साध्य करण्याचे साधन 'लोकप्रशासन' आहे. संस्कृतीच्या सुरुवातीला लोकप्रशासनाचे हे प्राथमिक कार्य होते. परंतु सांस्कृतिकरणाची कल्पना

जशी आधुनिक होऊ लागली तसतशी शासनाकडून त्याची महत्त्वाची कामे कमी झाली. परंतु या प्राथमिक कार्याचे महत्त्व कमी करता आले नाही. नागरिक शांततेने राहिले तरच प्रगती किंवा विकास शक्य आहे. लोकप्रशासन स्थिर झाले आहे हा समज चुकीचा आहे. आधुनिक संस्कृतीच्या गुंतागुंतीच्या वाढ किंवा विकासाबरोबर लोकप्रशासनाचे महत्त्व वाढत आहे. नवनवीन नियंत्रणाचे तंत्र विकसित केले गेले. अन्न व इतर अत्यावश्यक सेवांच्या टंचाईच्यावेळी आपल्याकडे असणाऱ्या वस्तूंची विभागणी, वाटणी करण्याची क्षमता नागरिकांमध्ये विकसित केली गेली.

२) विकास व बदलाचे साधन म्हणून लोकप्रशासनाचे महत्त्व

देशाचे प्रशासन लोकांची बौद्धिक क्षमता दर्शविते. तसेच त्याच्या इच्छा, पात्रता, आकांक्षा यांचे ते प्रतीक असते. जेव्हा लोक विकासाच्या मार्गाची निवड करतात तेव्हा लोक प्रशासन हे त्या मार्गाचे साधन असते. शाळा, महाविद्यालये व तांत्रिक शिक्षण देण्याच्या संस्थांच्या माध्यमातून प्रशिक्षित मनुष्यबळ तयार केले जाते. रस्ते, पूल तयार करण्यासाठी तसेच उद्योगधंद्यामधील मशीन चालविण्यासाठी या तांत्रिक मनुष्यबळाची आवश्यकता असते. संशोधन व विकासाचे काम हाती घेण्यासाठी वैज्ञानिक मनुष्यबळाची गरज असते. विकसित अशा लोकप्रशासनाद्वारे हे शक्य आहे. यातील बरेचसे कार्य खाजगी क्षेत्रामार्फत पार पाडले जात असले तरी एकटे खाजगी क्षेत्र हे संपूर्ण कार्य करू शकत नाही. उदा. संपूर्ण देशभर रेल्वेची, फोनची सुविधा देणे. मूलभूत संशोधनाचे कार्य शासनामार्फत केले जाते. अनेक क्षेत्रांचा विकास शासनामार्फत झालेला दिसतो. विकसित लोकप्रशासनाविना हे शक्य नाही. प्रशासक व खाजगी वित्तीय संस्था यांनी देखील यावर लक्ष केंद्रित केले आहे. अमेरिकेने विकसनशील देशांचे प्रगती तपासण्याचे काम केलेले आहे; विकसनशील देश त्यांच्याकडील पैशांचा योग्य वापर करू शकत नाहीत कारण त्यांच्याकडे सुसज्ज अशी प्रशासकीय यंत्रणा नाही. कौशल्य धारित मनुष्यबळाच्या अभावी त्यांना त्यांच्याकडील साधनांचा, तंत्रज्ञानाचा वापर करता येत नाही. उत्पादक योजनांमध्ये पैसा किंवा आर्थिक साहाय्य कार्यान्वित केले जात नाही. संपूर्ण विकासासाठी विकसनशील देशांना सर्वप्रथम पर्याप्त प्रशासकीय यंत्रणेचा विकास करावा लागेल. यावरून असे म्हणता येते की अर्थिक विकासामध्ये लोकप्रशासन महत्त्वाची भूमिका पार पाडते.

विकसनशील देशांमध्ये सामाजिक बदल व विकासाचे साधन म्हणून लोकप्रशासनाची भूमिका महत्त्वाची आहे. सामाजिक कल्याणाच्या योजना, नवीन कायदे यांची अंमलबजावणी लोकप्रशासनामार्फत केली जाते. अस्पृश्यता निवारण

कायदा, हुंडाबंदी कायदा, बालके, महिला, कामगार या दुर्बळ घटकांचे संरक्षण करण्यासंबंधीचे कायदे या सर्वांची अंमलबजावणी करण्याचे महत्त्वाचे कार्य लोकप्रशासन पार पाडते.

३) कल्याणकारी राज्याच्या ध्येय प्राप्तीच्या दृष्टीने लोकप्रशासनाचे महत्त्व

नागरिकांचे कल्याण करण्याकरिता आधुनिक लोकशाही कल्याणकारी राज्यात शासनाला अनेक सेवासुविधा पुरवाव्या लागतात. शासन, वैद्यकीय सुविधा, सामाजिक सुरक्षा यांसारख्या सेवासुविधांचा यामध्ये समावेश होतो. विकासाच्या प्रक्रियेमध्ये अनेक नव्या समस्या निर्माण झालेल्या आहेत. त्या समस्यांची निश्चिती करून त्यांना सोडविण्यासाठी कल्याणकारी राज्य प्रयत्नशील असते. कल्याणकारी योजनांची निर्मिती व अंमलबजावणीच्यादृष्टीने लोकप्रशासनाचे महत्त्व वाढलेले आहे.

अशा प्रकारे लोकप्रशासन केवळ अंतर्गत धोके किंवा बाह्य आक्रमण यांपासून नागरिकांचे संरक्षण करते असे नाही तर सेवा-सुविधा पुरविणारा घटक म्हणून महत्त्वाचे कार्य करीत आहे. लोकप्रशासन कशा प्रकारे कार्य करते त्यावर लोकांचे कल्याण अवलंबून असते. त्यामुळेच समकालीन राज्यसंस्थेला 'प्रशासकीय राज्य' असे म्हटले जाते. प्रा. व्ही. व्ही. डूनहम यांच्या मते, ''जर आपली संस्कृती अयशस्वी ठरली तर तिचे मुख्य कारण प्रशासन होय.''

या वरील तीन मुद्द्यांशिवायदेखील लोकप्रशासनाचे महत्त्व सांगता येते-

४) देशातील लोकशाही व कायदा यांचे उल्लंघन होऊ न देता लोकप्रशासन अनेक वादाचे मुद्दे सोडविते.

५) लोकप्रशासन समुदायांना किंवा समाजाला क्रियाशील बनविते.

६) गर्दीला नियंत्रित करणे ही गोष्ट नेहमीच अवघड असते. लोकप्रशासनामध्ये गर्दीला नियंत्रण करण्याचे कौशल्य शिकविण्याबरोबर समुदायाच्या हक्कांचे रक्षण कसे करता येईल हेही शिकविले जाते.

७) लोकप्रशासन जनतेच्या हिताच्या दृष्टिकोनातून नवीन कायद्यांची अंमलबजावणी करते.

८) शासन किंवा सरकार लोकप्रशासनाशिवाय त्याच्या योजना किंवा कार्यक्रम अधिक परिणामकारकपणे व सक्रियपणे राबवू शकत नाही.

९) देशाच्या संपूर्ण भागामध्ये सार्वजनिक सेवा पोहचविण्याचे अत्यंत महत्त्वपूर्ण कार्य लोकप्रशासन पार पाडते.

१०) प्रशासनाचा विस्तार संपूर्ण देशभर झालेला असतो. सार्वजनिक सेवा व वस्तू

यांचा पुरवठा प्रत्येक गावामध्ये व प्रत्येक घरामध्ये प्रशासनाद्वारे केला जातो.

११) प्रशासनाच्या वाढलेल्या विस्तीर्ण व्याप्तीवरूनच लोकप्रशासनाचे महत्त्व लक्षात येते.

१२) सार्वजनिक सेवांच्या वितरणाचे व्यवस्थापन करण्याच्या दृष्टीने लोकप्रशासनाचे महत्त्व सांगता येते.

१३) सामाजिक बदल, आपत्कालीन व्यवस्थापन, लोकसंख्या नियंत्रण व मानवी हक्कांचे संरक्षण, आर्थिक विकास यादृष्टीनेही लोकप्रशासनाचे महत्त्व सांगता येते.

सारांश

लोकप्रशासनाविना लोकशाही व्यवस्थेतील शासन कार्यच करू शकत नाही. शासन लोकप्रशासनाच्या माध्यमातून आपल्या कल्याणकारी योजना जनतेपर्यंत पोहचविते. प्रशासनामुळेच जनतेला शासनाच्या सेवासुविधांचा लाभ घेता येतो. एकूण लोकप्रशासनाद्वारे शासन कृतिशील राहते. समाजाच्या सर्वच क्षेत्रांमध्ये घडून येणारा विकास व बदल लोकप्रशासनामुळेच घडून येतो. त्यामुळे विकास व बदलाचे साधन म्हणूनही लोकप्रशासनाचे महत्त्व असलेले दिसते. लोकांचे कल्याण साधण्याचा मार्ग प्रशासन आहे. कल्याणकारी राजसंस्था प्रत्यक्षात येण्यामध्ये लोकप्रशासनाची भूमिका महत्त्वाची ठरते. अशा प्रकारे लोकप्रशासनाचे महत्त्व सांगता येते.

सराव प्रश्न :

१) लोकप्रशासनाचा अर्थ सांगा.

२) लोकप्रशासनाचे स्वरूप लिहा.

३) लोकप्रशासनाची व्याप्ती स्पष्ट करा.

४) लोकप्रशासनाचे महत्त्व सांगा.

प्रकरण २

नवलोकप्रशासन

New Public Administration

अ) उत्क्रांती (Evolution)

ब) ठळक वैशिष्ट्ये (Salient Features)

क) ध्येये (Goals)

प्रस्तावना Introduction

लोकप्रशासनाला निर्माण झालेल्या समस्या सोडविण्यामध्ये मर्यादा आल्या. या मर्यादा दूर करण्याचा प्रयत्न अमेरिकन प्रशासक व प्रशासनाचे अभ्यासक यांनी केला, यातून नवलोकप्रशासन ही संकल्पना उदयाला आली. लोकप्रशासनाने शास्त्रीयतेवर जास्त भर दिला होता. नवलोकप्रशासनाचा भर मात्र लोकांचे कल्याण, सामाजिक समता यांवर असलेला दिसतो.

नवलोकप्रशासन अतिशय सुंदररीत्या व एकात्मिक पद्धतीने कल्पनांची मांडणी करते. नवलोकप्रशासन केवळ नव्या कल्पनांची मांडणी करीत नाही. परंतु ते त्यांना नव्या रूपामध्ये सादर करतात. प्रतिसाद व जबाबदारीला महत्त्व देते. नवलोकप्रशासन तज्ज्ञांच्या मते, आधुनिक प्रशासनामध्ये प्रतिसाद व जबाबदारी एकत्र असणे गरजेचे आहे. विकेंद्रीकरण, विनोकरशाहीकरण (De-Bureaucratization) प्रदान व लोकशाहीकरण या चार तत्त्वांना '4 D' असे म्हटले जाते. ही चार तत्त्वे साध्य करण्याचा नवलोकप्रशासन प्रयत्न करते.

नवलोकप्रशासनाचा उदय (Emergence of NPA)

१९६०च्या दशकामध्ये नवलोकप्रशासनाचा उदय झाला. नवलोकप्रशासनाच्या उदयाला अनेक कारणे कारणीभूत आहेत. जग दोन वेळा महायुद्धांना सामोरे गेले

आहे. त्याचे विनाशकारी रूप जगाने जवळून पाहिले. मानवी कल्याणासाठी, शांततेसाठी संयुक्त राष्ट्रसंघटना, जागतिक आरोग्य संघटना यांसारख्या संघटना स्थापन करण्यात आल्या. जगातील अनेक देशांमध्ये परिणामकारक व कार्यक्षम प्रशासनाच्या अभावामुळे या संघटनांना त्यांचे कार्य प्रभावीपणे करता येत नाही. बेरोजगारी, गरिबी, लोकसंख्यावाढ या समस्या झपाट्याने वाढत आहेत आणि त्याचे मुख्य कारण म्हणजे अकार्यक्षम प्रशासन व लोकप्रशासनाच्या व्याप्तीबाबतची असंदिग्धता होय. लोकप्रशासनाची यंत्रणा लोकांच्या गरजांना प्रतिसाद देत नव्हती; कारण धोरणनिश्चिती हे कार्य राजकीय नेत्यांचे आहे व धोरणाची अंमलबजावणी करणे हे प्रशासकाचे कार्य आहे असे मानले जात होते. यामुळेच लोकप्रशासनांच्या उद्दिष्टांबाबत नव्याने विचार करण्याची गरज वाटू लागली. याचा परिणाम म्हणून नवलोकप्रशासनाचा उदय झाला. याशिवाय इतर अनेक घटक नवलोकप्रशासनाच्या उदयाला कारणीभूत आहेत. कायदा व सुव्यवस्था प्रस्थापित करण्याचे एक साधन तसेच अभिजन वर्गाचे हितसंबंध जपणारे हा लोकप्रशासनाचा गाभा बनला होता. तज्ज्ञांच्या मते, लोकप्रशासनाची यंत्रणा ही सामाजिक बदलाची यंत्रणा झाली पाहिजे आणि तिने लोकांसाठी काम केले पाहिजे. लोकप्रशासनाला शास्त्र बनविण्याच्या घाईमध्ये लोकप्रशासन मूल्यविरहित बनले. लोकप्रशासनामध्ये मूल्यांना महत्त्व राहिले नाही. मूल्यविरहित प्रशासन बनल्याने केवळ नियमांना महत्त्व व प्राधान्य दिले गेले. समाजातील दुर्बळ घटकांकडे दुर्लक्ष केले गेले. १९६०च्या दरम्यान अमेरिकेमध्ये संघर्ष किंवा तणाव निर्माण झाला. व्हिएतनाम युद्धामध्ये अपयश, नागरी हक्क चळवळीचा उदय, केनेडीची व मार्टिन ल्यूथर किंग ज्युनिअरची हत्या यांसारखे अनेक तणाव अमेरिकेमध्ये निर्माण झाले या तणावांचा परिणाम लोकप्रशासनाच्या अभ्यासावर झाला; यातून नवलोकप्रशासनाचा उदय झाला. लोकप्रशासन हवेमध्ये काम करू शकत नाही. तर समाजाच्या गरजापूर्तीसाठी प्रशासन जबाबदार असले पाहिजे. तसेच समाजावरती परिणाम करणाऱ्या प्रश्नांची सोडवणूक प्रशासनाला करता आली पाहिजे; एकूणच निर्माण झालेल्या समस्या सोडविण्याची क्षमता लोकप्रशासनामध्ये नव्हती; यावर उपाय म्हणून नवलोकप्रशासनाचा उदय झालेला दिसतो.

अ) उत्क्रांती (Evolution)

नवलोकप्रशासन अमेरिकेत मांडले गेले. लोकप्रशासनाच्या दृष्टिकोनात परिवर्तन व्हावे म्हणून अमेरिकेतील प्रशासक आणि प्रशासनाचे अभ्यास यांनी प्रयत्न केले. ड्वाइट वॉल्डो हे नवलोकप्रशासनाचे एक प्रणेते मानले जातात.

मिनो ब्रुक परिषद १९६८ साली न्यूयॉर्क राज्यातील सिरॅक्युज विद्यापीठात झाली. 'नवीन लोकप्रशासनाकडील प्रवास मिनो ब्रुक परिदृष्टी' हा ग्रंथ फ्रँक मॅरिनी यांनी संपादित केला; यावरून असे दिसते की, लोकप्रशासनातील अभिजात सिद्धान्त आणि विचार यांना नवलोकप्रशासनाच्या अभ्यासकांनी स्पष्टपणे विरोध केला. पदसोपान, आज्ञैक्य, संयोजन, नोकरशाही (मॅक्स वेबरप्रणीत), इत्यादी संघटनात्मक संरचनांच्या मर्यादा नवलोकप्रशासनाने स्पष्ट केल्या; एवढेच नव्हे तर औपचारिक संचरण व कार्यकारी नेतृत्वाच्या संकल्पनांच्या मर्यादाही नवलोकप्रशासनाने स्पष्ट केल्या; म्हणजेच अभिजात सिद्धान्त, संकल्पना व विचारांबरोबर नवअभिजात सिद्धान्त, संकल्पना व विचार यांच्या मर्यादा नवलोकप्रशासन चळवळीत मांडल्या गेल्या. थोडक्यात, समकालीन समस्या सोडविण्यासाठी अभिजात व नवअभिजात सिद्धान्ताला यश आले नाही. ही अभिजात व नवअभिजात सिद्धान्ताची मर्यादा भेदण्याचा प्रयत्न नवलोकप्रशासनाने केला. अशा प्रकारचा प्रयत्न या अगोदर मानवी संबंध स्कूल व प्रशासकीय वर्तन किंवा निर्णयनिर्मिती (हर्बर्ट सायमन) या विचारप्रवाहाने केला होता. या विचाराने एका अर्थाने अभिजात सिद्धान्ताच्या मर्यादा भेदण्याचा प्रयत्न होता. परंतु मानवी संबंध स्कूलला अपयश आले. यांची दोन कारणे होती. १) मानवी संबंध स्कूलचा समावेश लोकप्रशासनाच्या सीमावर्ती भागात झाला. या प्रारूपाचा समावेश लोकप्रशासनाच्या मध्यवर्ती अभ्यासक्षेत्रात झाला नाही. २) मानवी संबंध प्रारूपाचा तसा थेट संबंध लोकप्रशासनाशी नव्हता. त्यामुळे अभिजात व नवअभिजात सिद्धान्ताची मर्यादा मानवी संबंध प्रारूपास भेदता आली नाही; म्हणजेच अभिजात सिद्धान्तात प्रशासकीय कार्यक्षमता असते आणि राजकारण व प्रशासन वेगवेगळे असते, अशा दोन मुद्द्यांवर अभिजात सिद्धान्तात भर होता. याला भेदण्याचे काम मानवी संबंध प्रारूपाला करता आले नाही. नवलोकप्रशासनाने हे काम करण्याची चळवळ राबविली.

नवलोकप्रशासनाने नोकरशाही, पदसोपान, आज्ञैक्य, संयोजन या घटकांमध्ये कार्यक्षमता नाही; अशी ठाम भूमिका घेतली होती. लोकप्रशासन व सार्वजनिक धोरण यांच्या संबंधांचा मुद्दा या चळवळीत महत्त्वाचा होता. लोकप्रशासन व सार्वजनिक धोरण हे एकरूप आहे का? लोकप्रशासन व सार्वजनिक धोरण हे एकरूप मानले तर लोकप्रशासनाचे महत्त्व जास्त राहते व राजकारणाचे महत्त्व कमी राहते; तर दुसऱ्या बाजूला लोकप्रशासन व सार्वजनिक धोरण वेगवेगळे मानले तर राजकारणाचे स्थान लोकप्रशासनाच्या तुलनेत जास्त राहते व लोकप्रशासनाचे स्थान दुय्यम राहते; अशी लोकप्रशासनाची कोंडी झाली होती. ती फोडण्याचा प्रयत्न नवलोकप्रशासनाने

केला. थोडक्यात, अभिजात सिद्धान्तात लोकप्रशासन व राजकारण यांची फारकत झाली होती. ती कमी करण्याचा प्रयत्न नवलोकप्रशासनात झाला.

जॉन सी. हॅनी (१९६७) यांच्या अध्यक्षतेखाली अमेरिकेतील लोकप्रशासनाने एक समिती स्थापन केली होती. या समितीने लोकप्रशासन व प्रशासनाची स्वायत्तता या विषयावर अभ्यास केला. लोकप्रशासनाचे कार्यक्षेत्र व्यापक करावे, लोकप्रशासनात कायदेमंडळ, कार्यकारी मंडळ व न्यायमंडळ यांचा समावेश करावा, अशी भूमिका मांडली. याशिवाय संशोधनासाठी विद्यापीठांना अनुदान देणे, राष्ट्रीय लोकसेवा आयोग स्थापन करावा व शिष्यवृत्त्या द्याव्या, अशी मते मांडली होती.

फिलाडेल्फिया परिषद. जेम्स सी ही चार्ल्सवर्थ यांच्या अध्यक्षतेखाली झाली (१९६७). लोकप्रशासनाची व्याख्या व व्याप्ती ठरविणे अवघड आहे. धोरणनिर्मिती आणि लोकप्रशासन यांच्यात फरक आहे. लोकप्रशासनाचे व व्यावसायिक प्रशासनाचे प्रशिक्षण वेगवेगळे असावे. संघटनेतील श्रेणीबद्धरचनेचे तत्त्व अयोग्य आहे. लोकप्रशासनात मानसशास्त्रीय, समाजशास्त्रीय व वित्तीय घटकांचा समावेश करावा. भावी प्रशासकांना व्यावसायिक प्रशिक्षण द्यावे, अशी मते फिलाडेल्फिया परिषदेत मांडली होती.

मिन्नोब्रुक परिषदेत (१९६८) लोकप्रशासनाने वैचारिकतेवर अधिक भर द्यावा व लोकप्रशासन परिवर्तनाचे साधन असून परिस्थितीनुसार बदलावे अशी भूमिका मांडण्यात आली. फ्रँक मॅरिनी, वॉल्डो सी.ड्वाईट यांनी नवलोकप्रशासनाची भूमिका मांडली. 'The Administrative State' (1948) या ग्रंथात नवलोकप्रशासनाबद्दलची मते वॉल्डो यांनी मांडली. या पुस्तकात त्यांनी नवलोकप्रशासनाबद्दल विचार मांडतानाच लोकप्रशासनातील परिवर्तनाचा पुरस्कार केला. वॉल्डो यांनी नवलोकप्रशासनाला दोन पद्धतीने योगदान दिले.

१) कार्यक्षमता आणि परिणामकारकता यांच्यावरील भर कमी करून लोकप्रशासनाचे शास्त्र निर्माण करण्यात त्यांनी योगदान दिले.

२) राज्यशास्त्र आणि व्यवसाय-प्रशासन यांच्यापेक्षा लोकप्रशासनाचा वेगळेपणा वॉल्डो यांनी मांडला. वॉल्डो यांना ग्युलीकच्या विचारांचा विरोधक मानले जाते. प्रशासनात व्यक्तींना, सेवक आणि ग्राहक यांना महत्त्वाचे स्थान असले पाहिजे. मानवी संबंधांना प्राधान्य असले पाहिजे आणि लोकप्रशासन हे सेवाभिमुख असले पाहिजे, असा आग्रह वॉल्डोने धरलेला होता. अमेरिकेन राज्यशास्त्रात लोकप्रशासनाला दुय्यम वागणूक मिळते. याकडे लक्ष वेधून त्याने स्वतंत्र अशा लोकप्रशासन शास्त्राच्या विकासावर भर दिला. खाजगी नफ्यावर लक्ष केंद्रित करणाऱ्या व्यवसाय-प्रशासनापेक्षा

लोकप्रशासन वेगळे आहे; असेही त्याने सुचविले (व्होरा, पळशीकर : ३०६).

लोकप्रशासनाच्या दृष्टिकोनात परिवर्तन व्हावे यासाठी १९७० नंतरच्या काळात केले गेलेले प्रयत्न नव-लोकप्रशासन म्हणून ओळखले जातात. ह्या प्रयत्नांमध्ये अमेरिकेतील काही प्रशासक व प्रशासनाचे अभ्यासक यांनी भाग घेतला. प्रशासनात शास्त्र बनविण्याच्या प्रयत्नांमध्ये प्रशासकीय तंत्रे, नियोजन, कार्यक्षमता इ.वर अवास्तव भर दिला जातो. त्याऐवजी सामाजिक समता, लोककल्याण यांच्यावर प्रशासनाचा भर असावा, असा नवलोकप्रशासनाचा आग्रह आहे. प्रशासकीय कार्यपद्धतीपेक्षा प्रशासनाची सेवा ज्यांना मिळते, त्यांच्या गरजा आणि अपेक्षा महत्त्वाच्या असतात. व्यावसायिक प्रशासनापेक्षा प्रशासनातील 'लोक' हा घटक महत्त्वाचा असतो यावर नवलोकप्रशासनाने भर दिला आणि प्रशासकीय व्यवस्थापनातील यांत्रिकता दूर करून लोकप्रशासनाची प्रतिष्ठा वाढविण्याचा प्रयत्न केला (व्होरा, पळशीकर : १२७).

ब) नवलोकप्रशासनाची ठळक वैशिष्ट्ये (Salient Features NPA)

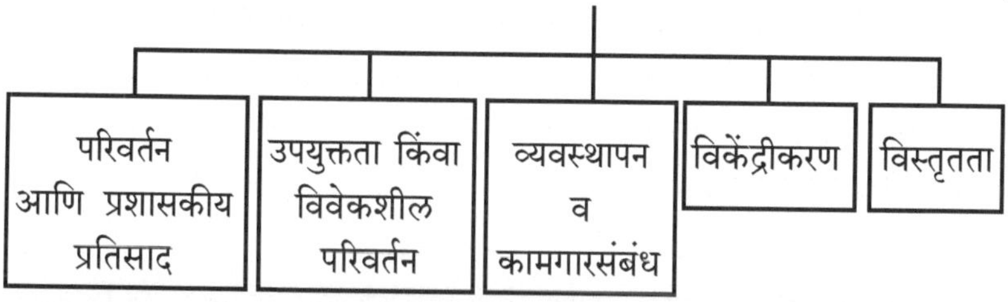

१) परिवर्तन आणि प्रशासकीय प्रतिसाद

नवलोकप्रशासनाने परिवर्तनावर भर दिला. आहे ती व्यवस्था टिकवून ठेवण्यापेक्षा वेळ व परिस्थितीनुसार परिवर्तन होण्यावर नवलोकप्रशासनाचा भर होता. प्रशासकीय संचलनातील परिवर्तनशीलता व संघटनात्मक अनुकूलक्षमता यांमुळे प्रशासकीय व्यवस्थेतील पर्यावरणामध्ये बदल होतो. त्यामुळे नवलोकप्रशासनाने प्रशासकीय संचलनातील परिवर्तनशीलता व संघटनात्मक अनुकूलक्षमता स्वीकारली.

२) उपयुक्तता किंवा विवेकशील परिवर्तन

नवलोकप्रशासनाने परिवर्तनावर भर दिला. परंतु विवेकशील किंवा तर्कशुद्ध परिवर्तन स्वीकारले याचा अर्थ जे परिवर्तन उपयुक्त आहे, काळ, क्षेत्र, प्रसंग तसेच लोकांच्या गरजा लक्षात घेणाऱ्या परिवर्तनाचा नवलोकप्रशासनाने स्वीकार केला. नवलोकप्रशासनाने परिवर्तनाला उपयुक्ततेचा संदर्भ दिला. निर्णयांमधील विवेकशीलता

केवळ प्रशासकीय नोकरशाहीच्या दृष्टिकोनातून पाहिली जात होती, लोकांची विवेकशीलता नाकारली जात होती. धोरण निश्चिती प्रक्रियेमध्ये लोकांची विवेकशीलता समाविष्ट करण्यावर नवलोकप्रशासनाने भर दिला हे नवलोकप्रशासनाचे वेगळेपण होते.

३) व्यवस्थापन व कामगारसंबंध

नवलोकप्रशासनाने व्यवस्थापन व कामगार यांच्यातील संबंधांवर भर दिला. नवलोकप्रशासनाने कार्यक्षमता व मानवी संबंध या दोघांवर समान पद्धतीने भर दिला. कार्यक्षमता व मानवी संबंध यांचा एकत्रित व सूत्रबद्धरीत्या पहिल्यांदाच विचार मांडला गेला. यश किंवा ध्येय प्राप्त करण्यासाठी कार्यक्षमता व मानवी संबंध यांमध्ये समन्वयावर नवलोकप्रशासनाने भर दिला. व्यवस्थापन व कामगार यांच्यातील सहकार्यपूर्ण संबंध प्रस्थापित करण्यावर नवलोकप्रशासनाचा भर होता.

४) विकेंद्रीकरण

नवलोकप्रशासनाने केंद्रीकरण तत्त्वाऐवजी विकेंद्रीकरण तत्त्वाचा स्वीकार केला. छोट्या पातळीवर सत्तेचे विकेंद्रीकरण करण्यातून यशप्राप्ती होऊ शकते; तसेच संघटनात्मक रचनेमध्ये पदसोपानातील परिवर्तनशीलतेचा नवलोकप्रशासनाने स्वीकार केला. प्रशासनाच्या भूमिकेमध्ये सुधारणेच्या दृष्टिकोनातून नवलोकप्रशासनाने संघटनात्मक रचनेमध्ये बदलाचा स्वीकार केला.

५) विस्तृतता

नवलोकप्रशासनाने संकुचितपणा किंवा साचेबंदपणा यांना नकार देत विस्तृतता किंवा व्यापकतेचा स्वीकार केला. सार्वजनिक जीवन हे कमालीचे वैविधतापूर्ण व गुंतागुंतीचे बनले आहे. त्यासाठी लोकप्रशासनाच्या अभ्यासाचा कोणताही एक दृष्टिकोन परिपूर्ण ठरू शकत नाही. व्यवस्थापनात्मक, मानवी संबंध, राजकीय, सार्वजनिक निवड, दृष्टिकोन असे विविध दृष्टिकोन आहेत परंतु कोणताही एक परिपूर्ण नाही. याचा अर्थ प्रशासकीय नोकरशाहीच्या कार्याला मार्गदर्शन करण्यासाठी कोणताही एक दृष्टिकोन पुरेसा नाही. नवलोकप्रशासनाने शिक्षण हे बहुजातीय व विस्तृत असण्यावर भर दिला.

थोडक्यात, लोकप्रशासनापेक्षा नवलोकप्रशासन वेगळे व नावीन्यपूर्ण ठरते ते त्याच्या वैशिष्ट्यांमुळेच. नवलोकप्रशासनाने स्थिरता, ताठरता यांपेक्षा परिवर्तनावर भर दिला. प्रशासनाची उपयुक्तता महत्त्वाची मानली. प्रशासनाच्या निर्णयप्रक्रियेमध्ये जास्तीत जास्त लोकांचा सहभाग वाढविण्यावर भर दिला. व्यवस्थापन व कामगार

यांच्यातील मैत्रीपूर्ण सहकार्याचे व मानवी संबंधांवर आधारलेले संबंध प्रस्थापित करण्यावर भर दिला. केंद्रीकरणाऐवजी विकेंद्रीकरण तत्त्वाचा स्वीकार केला. साचेबंदपणा, संकुचितपणा याऐवजी व्यापकता स्वीकारली. या सर्वच अर्थाने ते लोकप्रशासनापेक्षा नावीन्यपूर्ण होते म्हणून त्यास नवलोकप्रशासन म्हटले गेले.

क) ध्येये (Goals)

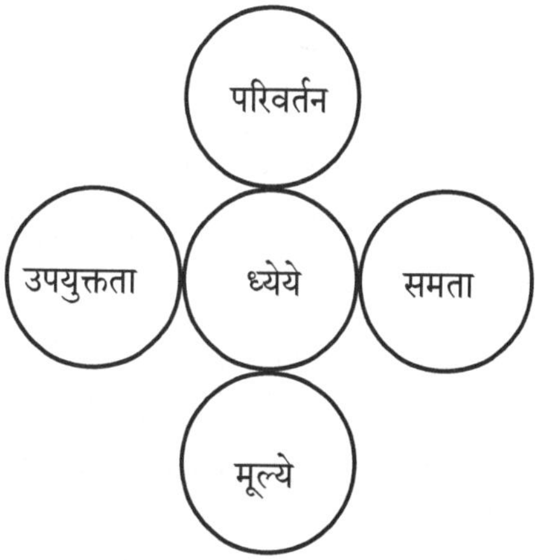

नवलोकप्रशासन ज्या ध्येयासाठी निर्माण झाले ती ध्येये महत्त्वाची आहेत. अधुनिक काळामध्ये बदललेल्या परिस्थितीनुसार प्रशासनामध्ये बदल गरजेचा होता. लोकप्रशासनाने ताठरता किंवा नियमांना अधिक महत्त्व दिलेले होते. नवलोकप्रशासनाने आपली ध्येये निश्चित करताना जाणीवपूर्वक लोकप्रशासनातील उणिवा दूर करण्याचा दूरदर्शी विचार केलेला दिसतो. लोकप्रशासन लोकांसाठी, लोकांच्या कल्याणासाठी व लोकांच्या समस्या सोडविणारे राहिले नाही त्यामुळे नवलोकप्रशासनाने सार्वजनिक हित हा मुद्दा महत्त्वाचा मानला व त्या दृष्टीने आपल्या ध्येयांची आखणी केलेली दिसते. कोणत्याही प्रकारचे जटिल स्वरूपाचे वैचारिक अवडंबर न स्वीकारता लोककल्याणाच्या दृष्टीने महत्त्वाची असणारी अशी ध्येये निश्चित केली. ती ध्येये खालीलप्रमाणे –

१) उपयुक्तता (Relevance)

लोकप्रशासनाची स्थापना लोकांचे प्रश्न सोडविण्यासाठी झाली होती, परंतु समकालीन लोकप्रशासनाला समाजामध्ये निर्माण झालेले प्रश्न सोडविण्यामध्ये यश

आले नाही. नवलोकप्रशासकांच्या मते, प्रशासकाने सर्व प्रकारच्या प्रशासकीय कृती करताना स्पष्टपणे राजकीय व आदर्शवादी प्रभावांना सामोरे गेले पाहिजे. प्रशासकीय कृती किंवा कार्याची उपयुक्तता ही केवळ प्रशासनासाठी नसून ती जनतेसाठीदेखील आहे हे ध्येय नवलोकप्रशासनाने निश्चित केले.

२) मूल्ये (Value)

नवलोकप्रशासनाने तटस्थता नाकारली व मूल्ये स्वीकारली. लोकप्रशासन प्रक्रियात्मक तटस्थतेवर भर देत होते. नवलोकप्रशासनाने प्रक्रियात्मक तटस्थता नाकारण्याचे ध्येय निश्चित केले. सरकारी अधिकाऱ्यांनी नियमांपेक्षा मूल्यांना महत्त्व दिले पाहिजे. समाजातील वंचित घटकांच्या हितासाठी त्यांनी भूमिका घेतली पाहिजे. समाजातील अभिजन वर्गाच्या हिताची बाजू घेणे त्यांनी जाणीवपूर्वक नाकारली पाहिजे. तसेच ज्या व्यक्तिगत मूल्यांमुळे समाजातील अभिजन वर्गाचे हित होते त्या व्यक्तिगत मूल्यांना नाकारले पाहिजे.

३) समाजिक समता (Social Equality)

समाजामध्ये सामाजिक समता, सलोखा व एकसंघपणा स्थापन करणे हे प्रशासनाचे ध्येय असले पाहिजे. लोकप्रशासनाच्या व्यवस्थेला बदलासाठी काम करण्यास तसेच समाजातील अल्पसंख्याक वर्गाच्या हिताचे रक्षण करण्यास अपयश आलेले दिसते; त्यामुळे नवलोकप्रशासन जाणीवपूर्वक विषमतेला, विषम वागणुकीला, अन्यायाला नकार देत सामाजिक समता प्रस्थापित करण्याचे ध्येय निश्चित करते. सामाजिक समतेमधून समाजामध्ये शांतता प्रस्थापित होईल व त्यामधूनच नवलोकप्रशासनाला विकासाचे ध्येय साध्य करता येईल.

४) परिवर्तन (Change)

शक्तिशाली दबाव गटांचे नियंत्रण लोकप्रशासनावर सतत येत असते. लोकप्रशासनाने परिवर्तन स्वीकारले तर हा दबाव सहजपणे थांबविता येईल. त्यामुळे नवलोकप्रशासनाने परिवर्तन हे ध्येय निश्चित केले. कोणते परिवर्तन स्वीकारावे? व त्या परिवर्तनाची दिशा कोणती असावी? नवलोकप्रशासनाच्या मते, सामाजिक समता प्रस्थापित करण्याच्या दृष्टीने व गरजा लक्षात घेऊन परितर्वन झाले पाहिजे.

वरिल ध्येयाशिवाय नवलोकप्रशासनाने नवलोकप्रशासनाविरोधी ध्येये (Anti-Goals) निश्चित केली होती. त्यालाच प्रत्यक्षवादी विरोधी (Anti-Positivist) म्हणतात. ध्येय विरोधी ही तीन तत्त्वे आहेत. ती खालीलप्रमाणे–

१) लोकप्रशासन हे मूल्यविरहित असते; या व्याख्येला नवलोकप्रशासनाने 'नकार'

दिला. लोकप्रशासन हे मूल्ययुक्त असले पाहिजे या ध्येयाचा नवलोकप्रशासनाने स्वीकार केला.

२) मानवाचे वर्तन सतत बदलणारे असते. त्यामुळे मानवी वर्तनाबाबतचे निश्चित स्वरूपाचे भाकीत करता येत नाही. लोकप्रशासनाच्या अभ्यासाने प्रशासन काय आहे, याऐवजी प्रशासन कसे असणे गरजेचे आहे यावर लक्ष केंद्रित करावे; असे नवलोकप्रशासनाने म्हटले.

३) नवलोकप्रशासनाने राजकारणाला नकार दिला व प्रशासनाचे दोन भागांमध्ये विभाजन केले. प्रशासकाने धोरण निश्चित व धोरणांची अंमलबजावणी या दोन भागांमध्ये सहभागी असले पाहिजे. राजकारण करण्यापेक्षा धोरणांची आखणी व अंमलबजावणी हे प्रशासकाचे मुख्य कर्तव्य आहे व ते त्याने पार पाडले पाहिजे. थोडक्यात, नवलोकप्रशासनाने राजकारण विरोधी भूमिका घेतलेली दिसते.

सारांश

नवलोकप्रशासनाची ध्येये व विरोधी ध्येये अभ्यासल्यास असे म्हणता येते की, नवलोकप्रशासनाने आपली ध्येये अत्यंत विचारपूर्वक निश्चित केलेली दिसतात. आपणाला काय करावयाचे आहे व त्यासाठी कोणत्या गोष्टींना नकार दिला पाहिजे याबाबत नवलोकप्रशासनाने स्पष्ट भूमिका घेतलेली दिसते. उपयुक्तता, मूल्य, परिवर्तन व सामाजिक समता ही नवलोकप्रशासनाची चार मुख्य ध्येये होती. त्याबरोबरच मूल्य तटस्थतेला, राजकारणाला नकार ही तीन विरोधी ध्येयेदेखील नवलोकप्रशासनाची होती. अशा प्रकारे नवलोकप्रशासनाची ध्येये सांगता येतात.

सराव प्रश्न :

१) नवलोकप्रशासनाची उत्क्रांती किंवा विकास स्पष्ट करा.

२) नवलोकप्रशासनाची ठळक वैशिष्ट्ये सांगा.

३) नवलोकप्रशासनाची ध्येये स्पष्ट करा.

प्रकरण ३

लोकप्रशासनाचे दृष्टिकोन

Approaches of Public Administration

अ) **पारंपरिक दृष्टिकोन** (Traditional Approach)
ब) **वर्तनवादी दृष्टिकोन** (Behavioral Approach)
क) **व्यवस्था दृष्टिकोन** (System Approach)

प्रस्तावना (Intoduction)

लोकप्रशासनाचा १९व्या शतकापर्यंत स्वतंत्र अभ्यास होत नव्हता. राज्यशास्त्राच्या अभ्यासातच प्रशासन हे एक राज्यशास्त्राचे अंग म्हणून अंतर्भूत केला होता. प्राचीन काळी प्रशासनाचा अभ्यास केला होता. परंतु त्याचे स्वरूप मर्यादित होते. महाभारतातील शांतिपर्वात, कौटिल्याच्या अर्थशास्त्रात राज्यसंस्थांचे विविध नियम आणि पद्धतींची माहिती मिळते. प्लेटो (रिपब्लिक), ॲरिस्टॉटल (पॉलिटिक्स), मॅकियाव्हेली (प्रिन्स) या ग्रंथांमध्ये राज्याच्या प्रशासनाचा उल्लेख आढळतो. पहिल्या महायुद्धापर्यंतच्या काळात परंपरागत लोकप्रशासनाने संघटनेच्या औपचारिक कायदा आणि संस्थात्मक बाजूंवर आपले लक्ष केंद्रित केले होते. यामध्ये प्रामुख्याने इतिहास, तत्त्वज्ञान, कायदा या घटकांना महत्त्व देऊन या अभ्यासासाठी ऐतिहासिक आणि वर्णनात्मक पद्धतींचा वापर करण्यात आला.

आधुनिक काळात लोकप्रशासन हा महत्त्वाचा आणि आवश्यक विषय बनला. कारण लोकप्रशासनाच्या अभ्यासाला एक स्वतंत्र दर्जा व स्थान प्राप्त झाले आहे. आधुनिक राज्याची कार्यक्षेत्रे वाढली, प्रशासनात बदल, सुधारणा करणे आवश्यक वाटू लागले आहे. राज्यसंस्थांकडून लोकहिताचे नवनवीन उपक्रम राबविण्यात येऊ लागले; त्यामुळे त्यांच्या कार्याची व्याप्ती वाढू लागली आहे. इ.स. १८१२ मध्ये

चार्ल्स बॅनिन यांचा 'लोकप्रशासनाची तत्त्वे' हा ग्रंथ आणि वुड्रो विल्सन (इ.स.१८८७) यांनी 'लोकप्रशासनाचा अभ्यास' हा शोधनिबंध लिहिला; यावरून असे म्हणता येते की, १९व्या शतकात झालेला लोकप्रशासनाचा अभ्यास हा मर्यादित स्वरूपाचा होता.

२०व्या शतकात लोकप्रशासनाचा विकास होत गेला आणि लोकप्रशासन हे सामाजिकशास्त्र मानले गेले. अमेरिका व युरोप खंडातील फ्रँक जे गुडनाऊ, विलोबी, एल.डी.व्हाईट, हेन्री फेयॉल, मूनी, ल्यूथर ग्युलीक इत्यादी विचारवंतांनी लोकप्रशासनावर ग्रंथ लिहिले. त्यामुळे लोकप्रशासन या विषयाचा अभ्यास शास्त्रीय पद्धतीने होऊ लागला. तसेच चेस्टर बर्नार्ड, हर्बर्ट सायमन, फ्रेडरिक टेलर यांनी लोकप्रशासनासंबंधी संशोधन करून पारंपरिक लोकप्रशासनाच्या अभ्यासातील दोष दूर केले.

लोकप्रशासनाच्या दृष्टिकोनांचे दोन विभागात वर्गीकरण करता येते.

लोकप्रशासनाचे दृष्टिकोन

पारंपरिक दृष्टिकोन
(Traditional Approach)

१) ऐतिहासिक दृष्टिकोन (Historical Approach)
२) वैधानिक दृष्टिकोन (Legal Approach)
३) संस्थात्मक किंवा वर्णनात्मक दृष्टिकोन (Institutional Approach)
४) शास्त्रीय किंवा व्यवस्थापनात्मक दृष्टिकोन (Scientific Approach)
५) राजकीय दृष्टिकोन (Political Approach)

आधुनिक दृष्टिकोन
(Modern Approach)

१) तुलनात्मक दृष्टिकोन (Comparative Approach)
२) रचनात्मक - कार्यवादी दृष्टिकोन (Structural-Functional Approach)
३) वातावरणात्मक(पर्यावरणवादी) दृष्टिकोन (Ecological Approach)
४) वर्तनवादी दृष्टिकोन (Behavioural Approach)
५) निर्णय निर्धारण दृष्टिकोन (Decision Making Approach)
६) व्यवस्था किंवा पद्धती दृष्टिकोन (System Approach)

पारंपरिक दृष्टिकोन (Traditional Approach)

१) ऐतिहासिक दृष्टिकोन (Historical Approach)

या दृष्टिकोनामध्ये ऐतिहासिक घटनांचा अभ्यास केल्यास त्या तत्कालीन परिस्थितीची माहिती मिळते, त्या माहितीच्या आधारे त्या काळातील लोकप्रशासनाची व्याप्ती व स्वरूप समजून येते. कोणताही विषय सखोलरीत्या समजून घेण्याकरिता इतिहासाचे ज्ञान आवश्यक असते. भूतकाळातील लोकप्रशासन समजण्यासाठी आणि त्याचा संदर्भ; वर्तमान काळातील प्रशासनाशी जोडण्याकरिता इतिहासाची माहिती असणे आवश्यक आहे. उदा., भारताच्या प्रशासनाचा अभ्यास, त्याची सुरुवात, त्यातील दोष, अडचणी हे घटक लक्षात घ्यावे लागतात. त्याचप्रमाणे इंग्रजांचे प्रशासन, मुघलांचे प्रशासन यांचा अभ्यास महत्त्वाचा ठरतो. अमेरिकेतील प्रा. व्हाईट यांनी लिहिलेल्या दोन पुस्तकांद्वारे 'द फैडरलिस्ट' (१९४८) व 'जैफर सोनियन' (१९५१) अमेरिकेच्या प्रशासनासंबंधी माहिती उपयुक्त ठरते; तसेच इतिहासातील विविध प्रशासकीय घटना, निर्णय, व्यवस्था या गोष्टींची नोंद केलेली असते. व्यक्तीच्या चरित्रात्मक अभ्यासासाठी ऐतिहासिक घटनांचा उपयोग होत असतो. चरित्रात्मक ग्रंथांच्या आधारे भूतकाळातील प्रशासनाचे स्वरूप लक्षात येते. इंग्लंडमधील थोर राजकीय नेत्यांच्या चरित्रांचा अभ्यास केल्यास त्या तत्कालीन प्रशासकीय घटनांची माहिती मिळवता येते. इंग्रजांच्या काळातील गव्हर्नर जनरलचे प्रशासन कसे होते, चंद्रगुप्त मौर्यांच्या प्रशासनाची कोणती वैशिष्ट्ये होती, सम्राट अशोक काळातील प्रशासन नेमक्या कोणत्या पद्धतीने होते. मुघल प्रशासनात कोणते बदल झाले. या सर्व घटनांची योग्य माहिती मिळविण्यासाठी सर्व बाबी समजण्यासाठी इतिहासाचा मागोवा घेणे गरजेचे असते.

प्रशासनाचा अभ्यास केवळ ऐतिहासिक दृष्टिकोनातून उपयुक्त व मार्गदर्शक ठरत नाही; कारण इतिहासातील नोंदी या सदोष आणि एकांगी असू शकतात. उदा. फ्रान्स, रशियामध्ये राजकीय बदल घडवून आणण्यासाठी देशात क्रांती घडवून आणावी लागली आणि तेथे अनुक्रमे लोकशाही, साम्यवादी व्यवस्था निर्माण झाली. तेथील प्रशासकीय व्यवस्था राजेशाही स्वरूपाची होती. याउलट, भारत, अमेरिका, इंग्लंड येथील भूतकालीन प्रशासकीय व्यवस्थेचा अभ्यास उपयुक्त ठरला.

२) वैधानिक दृष्टिकोन (Legal Approach)

लोकप्रशासनाचा अभ्यास काही विचारवंत कायद्याच्या दृष्टिकोनातून करतात. या पद्धतीचे समर्थन फ्रँक जे. गुडनाऊ यांनी केले आहे. प्रशासकीय संघटनांचा अभ्यास औपचारिकपणे कायद्याच्या दृष्टिकोनातून केला जातो. प्रशासनातील संघटन

व रचना कायद्याप्रमाणे आहे का? हे तपासून पाहता येते. त्याचप्रमाणे सत्तेशी संबंधित संघटनेची रचना, नोकरदार वर्गाच्या काही मर्यादा इत्यादी गोष्टींचा विचार केला जातो. संविधानातील तत्त्वे, कायदे, न्यायालयीन निर्णय, कार्यालयीन अहवाल, नियम यांचा आधार घेऊनच लोकप्रशासनाचा अभ्यास करता येतो. प्रशासकीय व्यवस्था, पदे, अधिकार, संघटनेचे स्वरूप जाणून घेण्यासाठी हा दृष्टिकोन अत्यावश्यक ठरतो.

युरोप खंडातील जर्मनी, बेल्जियम, फ्रान्स या देशांनी लोकप्रशासनाच्या अभ्यासासाठी या दृष्टिकोनांचा उपयोग केला आहे. या देशांत वैधानिक कायदा आणि प्रशासकीय कायदा असे दोन कायदे दिसून येतात. वैधानिक कायद्याचा वापर विधिमंडळ, न्यायमंडळ व कार्यकारी मंडळाच्या कार्याशी संबंधित असतो. त्यांच्यातील परस्परसंबंध कशा स्वरूपाचे असावेत आणि त्यांच्यात सत्तेची वाटणी किंवा विभागणी कशी असली पाहिजे, या पद्धतीत केवळ औपचारिक अभ्यास केला जातो. अनौपचारिक घटनांचा, क्रियांचा अभ्यास होत नाही. त्याचप्रमाणे सामाजिक व मानसशास्त्रीय बाजूंचा अभ्यास केलेला नाही. वैधानिक कायद्याच्या क्षेत्रामध्येच प्रशासकीय कायद्याला कार्य करावे लागते. प्रशासकीय कायद्याचा उपयोग सार्वजनिक संस्था आणि त्यांच्या कामाशी असतो.

३) संस्थात्मक किंवा वर्णनात्मक दृष्टिकोन (Institutional Approach)

या संस्थात्मक दृष्टिकोनातून सेवक प्रशासन, आर्थिक प्रशासन, लोकप्रशासनातील संघटना यांचा अभ्यास केला जातो; म्हणजेच लोकप्रशासनाचा संबंध सरकारच्या विविध संस्थांशी लावण्याचा प्रयत्न केला आहे. विविध संस्थेचे कार्य कसे असावे, या संबंधीची माहिती या दृष्टिकोनाच्या विचारवंतांनी दिलेली दिसते. धोरणांची अंमलबजावणी करताना तांत्रिक दृष्टीने झाली पाहिजे, असे त्यांचे मत आहे. प्रा. एल. डी. व्हाईट आणि ल्युथर ग्लुलीक यांनी संस्थात्मक रचना कशी आहे, यांचे वर्णन केले आहे. त्यांनी प्रशासकीय संघटना, कर्मचारी-प्रशासन व प्रशासकीय जबाबदारी यांचा अभ्यास या दृष्टिकोनातून केला आहे. सार्वजनिक महामंडळे, सरकारी खाती, स्वतंत्र स्वयंनियंत्रित मंडळे यांचादेखील संस्थात्मक दृष्टिकोनात अभ्यास केला जातो. या दृष्टिकोनात काही दोष दिसतात. यामध्ये प्रामुख्याने प्रशासकीय वातावरणासंबंधी विचार, मानवी तत्त्वांचा आणि घटकांचा विचार होत नाही.

४) शास्त्रीय किंवा व्यवस्थापनात्मक दृष्टिकोन (Scientific Approach)

या दृष्टिकोनाचे समर्थन एल.डी.व्हाईट, विलोबी व वॉर्नर या विचारवंतांनी शास्त्रीय दृष्टिकोनातून केले आहे. लोकप्रशासनाच्या अभ्यासाचा एक अत्यंत महत्त्वाचा

दृष्टिकोन होय. प्रशासनात कार्यक्षमता, कार्याचे विभाजन, जबाबदारी कशा पद्धतीने निर्माण करता येईल, याचा अभ्यास या पद्धतीत केला जातो. फ्रेडरिल टेलर यांच्या मते, स्वतंत्र व पद्धतशीरपणे लोकप्रशासनाचा अभ्यास केला पाहिजे. प्रशासनाची यांत्रिक कार्यक्षमता वाढविण्यासाठी कार्यपद्धती आणि यंत्रसामग्री या गोष्टींना टेलर महत्त्व देतो.

फ्रेंच विचारवंतांनी हेन्री फेयॉल यांनी मांडलेल्या प्रशासनाच्या व्यवस्थापन सिद्धान्तात व्यवस्थापनाची तत्त्वे आणि सिद्धान्त यांत फरक केला आहे. त्यांच्या मते, प्रशासन हा घटक कोणत्याही उद्योगात, कोणत्याही व्यवहारात आढळतो. फेयॉलने प्रशासन, आर्थिक, व्यापार, सुरक्षितता, कृती व तांत्रिक असे सहा वर्गांत विभाजन केले आहे.

ल्यूथर ग्युलीक, विलोबी, मुनी यांनी शास्त्रीय दृष्टिकोनास महत्त्व दिले पाहिजे; म्हणजेच प्रशासकीय कार्यात सुलभता येण्यासाठी शास्त्रीय व्यवस्थापनाची गरज भासते असे म्हटले आहे.

५) राजकीय दृष्टिकोन (Political Approach)

परंपरागत विचारवंतांनी लोकप्रशासन हे राज्यशास्त्राचे महत्त्वाचे अंग मानले आहे. कायदे तयार करताना, त्यांची अंमलबजावणी करताना राजकारण व प्रशासन यांचा जवळचा संबंध येतो. प्रशासनावर राजकीय गट, पक्ष, नेते यांचा प्रभाव दिसून येतो. त्यामुळे राजकीय दृष्टीने लोकप्रशासनाचा अभ्यास केला जातो. राजकारणाशी प्रशासकीय कार्याचा संबंध हा प्रत्यक्ष किंवा अप्रत्यक्षपणे येत असतो; त्यामुळे लोकप्रशासनाच्या अभ्यासाचा दृष्टिकोन राजकीय स्वरूपाचा ठेवणे आवश्यक आहे. अर्थात, प्रशासनातील वरिष्ठ अधिकारी व कर्मचारी वर्गाची कार्यक्षमता वाढवण्याकरिता प्रशासनाच्या खर्चात कपात करण्यासाठी राजकीय प्रभाव हा काही प्रमाणात आवश्यक आहे. राजकीय प्रभावाचा अभाव असेल तर प्रशासन कार्यात अकार्यक्षमता, बेजबाबदारपणा, भ्रष्टाचार असे दोष आढळून येतात.

थोडक्यात, लोकप्रशासनाच्या पारंपरिक दृष्टिकोनात वरील सर्व दृष्टिकोनांचा समावेश होतो.

आधुनिक दृष्टिकोन (Modern Approach)

१) तुलनात्मक दृष्टिकोन (Comparative Approach)

तुलनात्मक दृष्टिकोनातून समाज वा सामाजिक व्यवस्था यांची तुलना इतर समाजाशी वा व्यवस्थेशी न करता पूर्णपणे समजावून घेता येऊ शकत नाही, या संकल्पनेवर आधारित हा दृष्टिकोन आहे. समाजात विविध प्रकारचे फरक असल्याने नेहमी अर्थपूर्णतेने

तुलना करता येत नाही, ही या दृष्टिकोनाची मर्यादा आहे. दुसऱ्या महायुद्धानंतर 'तुलनात्मक लोकप्रशासन' अभ्यासास सुरुवात झाली. तुलनात्मक लोकप्रशासनाची पार्श्वभूमी, लोकप्रशासनासंबंधी विचार यापूर्वी वुड्रो विल्सन, विलियम विलोबी, एल. डब्ल्यू. टेलर, एल. डी.व्हाईट यांनी मांडले होते. लोकप्रशासन अभ्यासात अनेक समस्या दुसऱ्या महायुद्धानंतर निर्माण झाल्या. त्या सोडविण्याकरिता शास्त्रीय दृष्टीकोन लोकप्रशासनात मांडण्यात आले. हर्बर्ट सायमन, एडविन स्टीन, रॉबर्ट डाल्ल यांनी लोकप्रशासनास शास्त्रीय स्वरूप प्राप्त करून दिले. त्यानुसार तुलनात्मक लोकप्रशासन अभ्यासाला एक प्रकारे चालना मिळाली. एफ. डब्ल्यू.रिग्ज्, फेरेल हिडी, एल. स्टोक्स यांनी तुलनात्मक लोकप्रशासनाच्या अभ्यासाला खऱ्या अर्थाने आरंभ केला.

लोकप्रशासनाचा तुलनात्मक दृष्टिकोनातून अभ्यास करण्यासाठी पुढील कारणे विकसित झाली, १) पारंपरिक दृष्टिकोनातून लोकप्रशासनाचा केला जाणारा अभ्यास हा मर्यादित स्वरूपाचा होता, असे मत प्रो. डी. वाल्डो यांनी मांडले आहे. त्याप्रमाणे पारंपारिक दृष्टिकोन हा सांस्कृतिक घटकावर आधारित होता. पारंपरिक दृष्टिकोनात तुलनात्मक व्यवस्था, विश्लेषणात्मक व्यवस्था इत्यादींचा अभाव लोकप्रशासनात दिसून येत होता. २) आशिया, आफ्रिका या खंडामध्ये दुसऱ्या महायुद्धानंतर अनेक नवोदित राष्ट्रे उदयास आली. भौगोलिक वातावरण, इतिहास, सामाजिक व आर्थिक स्थिती, संस्कृती या बाबतीत नवोदित राष्टांमध्ये भिन्नता दिसून येते. अशा वेळी या राष्ट्रांमधील शासन आणि प्रशासकीय व्यवस्था वा यंत्रणांचा तुलनात्मक अभ्यास करणे गरजेचे झाले. ३) पर्यावरणात्मक, वर्तनवादी, रचनात्मक कार्यवादी दृष्टिकोनाचा अवलंब २० व्या शतकात लोकप्रशासनाच्या अभ्यासात केला गेला. परंतु या अभ्यासाचे स्वरूप आधुनिक व व्यवहारवादी बनले गेले आहे. ४) इतर सामाजिक शास्त्राप्रमाणे मानसशास्त्र, अर्थशास्त्र, इतिहास, लोकप्रशासन शास्त्र हे सामाजिक शास्त्र आहे. त्या अनुशंगाने या सामाजिक शास्त्रांच्या आंतर संबंधांचा अभ्यास केला जाऊ लागला. त्यामुळे तुलनात्मक दृष्टिकोनाचा स्वीकार करून त्या देशाचे सामाजिक, आर्थिक आणि सांस्कृतिक वातावरण जाणून घ्यावे लागते. ५) प्रगतीशील व विकसनशील राष्ट्रांनी स्वीकारलेल्या पद्धती या अभ्यासण्यासाठी तुलनात्मक दृष्टिकोनातून अध्ययन करावे लागते. या राष्ट्रांचे प्रश्न अतिशय गुंतागुंतीचे बनत चालले आहेत. सामाजिक, आर्थिक, राजकीय दृष्टिकोनातून समता तसेच स्थैर्य, विकास आणि मानवी हक्कांची सुरक्षितता या दृष्टिकोनातून या राष्ट्रांच्या समस्या सोडविण्याकरिता तुलनात्मक अभ्यास महत्त्वाचा मानला गेला. ६) जगाची विभागणी दोन गटात झाली. त्यास दुसरे महायुद्ध कारणीभूत होते. विकसित राष्ट्रांचा गट (अमेरिका) व साम्यवादी राष्ट्रांचा गट (सोव्हिएट रशिया) अशी विभागणी होऊन

त्यांच्यामध्ये सत्ता संघर्ष सुरू झाला. विकसनशील राष्ट्रांना आपल्या गटात खेचण्यासाठी या दोन गटांमध्ये सातत्याने प्रयत्न केले जाऊ लागले. विविध राष्ट्रांमधील प्रशासन, प्रशासकीय प्रश्नांची माहिता गोळा करणे आवश्यक झाले. त्याकरिता तुलनात्मक, सांख्यिकी पद्धतीचा स्वीकार केला गेला. ७) लोकप्रशासनाच्या अभ्यासात वैज्ञानिक व्यवस्था, नवनवीन तंत्रे व पद्धती, यांचा स्वीकार करण्यात आला. रॉबर्ट डाल्ह, एडवर्ड शिल्स या अभ्यासकांनी तुलनात्मक प्रशासन पद्धती इत्यादींचे महत्त्व पटवून दिल्यामुळे राष्ट्राराष्ट्रांतील प्रशासकीय स्वरूप, व्याप्ती, व्यवस्था यांचे अध्ययन करण्यात येऊ लागले.

२) रचनात्मक कार्यवादी दृष्टिकोन (Structural - Functional Approach)

रचनात्मक कार्यवादी दृष्टिकोन हा आधुनिक युगात लोकप्रशासनाचे अध्यन करण्यासाठी स्वीकारला गेला आहे. प्रशासनाच्या कार्यासाठी रचना, संघटना अथवा यंत्रणा निर्माण करावी लागते. उदा. पोलीस, रेल्वे, संरक्षण शिक्षण या खात्यांची रचना यांची त्यांच्या कार्याप्रमाणे उभारणी केली जाते. कोणत्याही खात्याच्या संघटनेत विभाग, उपविभागाची निर्मिती करून त्यांचे अधिकार व कार्ये यांचे वाटप केले जाते. प्रशासकीय कार्य हे विविध खात्यांच्या सहकार्यावर चालते. आधुनिक अभ्यासकांनी लोकप्रशासनाचा अभ्यास करण्यासाठी रचना व कार्य यांच्या सहसंबंधाचा विचार केलेला आहे. रचनात्मक कार्यवादी दृष्टीकोनाचा स्वीकार करून प्रो. आलमंड, प्रो. रिग्ज, रॉबर्ट मर्टन, टॉलकॉय पार्सन्स, डेव्हिड अॅप्टर या अभ्यासकांनी लोक प्रशासनाचे विश्लेषण केले आहे. प्रशासकीय यंत्रणा वा व्यवस्था उभारताना परिस्थितीचा विचार करून लोकप्रशासनात सामाजिक, राजकीय, आर्थिक संघटना निर्माण झाल्याने या संघटनांचा अभ्यास करावा लागतो. लोक प्रशासनाचे अध्ययन करताना संघटना, विभाग, मंडळे, खाती या मूर्त रचनांचा समावेश होतो. त्याचप्रमाणे सत्ता, प्रभाव, आदेश, अधिमान्यता या अमूर्त स्वरूपांच्या रचनांचा अभ्यास केला जातो. विशिष्ट व्यवस्था व यंत्रणा निर्माण करून विशिष्ट उद्दिष्ट व हेतू साधला जातो. संघटनेत कार्याचे विभाजन करून विभाग, उपविभागाची निर्मिती करून विभागांमध्ये आंतर संबंधातून सहकार्य साधले जाते. या प्रशासकीय समन्वयाद्वारे लोकप्रशासनात रचनात्मक कार्यवादी दृष्टिकोनाचा समावेश करण्यात आला आहे. उदा. पोलीस खाते हे जनतेचे संरक्षण करणे या हेतूने स्थापन केले आहे. पोलीस खात्याचा अर्थ खात्याशी सहसंबंध येतो. या सहसंबंधामधून रचना व कार्य या प्रशासकीय यंत्रणा निर्माण केल्या जातात. प्रत्येक संघटनेमध्ये (समाजात) रचना व कार्य यांचेदेखील परस्पर संबंध दिसून येतात. उदा. एखाद्या यंत्राची रचना कशी आहे; त्याप्रमाणे प्रत्येक संघटनेत रचना दिसून येते, जसे विविध सूटे भाग जोडून यंत्र तयार केले जाते. या यंत्राच्या जोडणीमधून जी रचना तयार होते, त्यास व्यवस्था म्हणतात.

ज्या पद्धतीने यंत्राचे कार्य एकमेकांच्या सहकार्याद्वारे चालते, त्याप्रमाणे संघटनेचे वा समाज व्यवस्थेचे कार्य हे परस्पर संबंधांतून इत्यादींचे चालत असल्याचे दिसून येते.

रचनात्मक कार्यवादी दृष्टिकोन हा लोक प्रशासनात मांडताना विचारवंतामध्ये एकवाक्यता दिसून येत नाही. प्रो. रिग्ज यांनी प्रशासकीय व्यवस्थेची पाच मूलभूत कार्ये मांडली आहेत. (१) सामाजिक, (२) राजकीय, (३) आर्थिक, (४) प्रतिकात्मक, (५) रचनात्मक अशी ही सर्व कार्ये समाजव्यवस्थेत आढळून येतात. रचनात्मक कार्याचे तुलनात्मक अध्ययन करण्यासाठी प्रो. रिग्ज यांनी शेतकरी समाज आणि औद्योगिक समाज यांच्या कार्याचा तुलनात्मक अभ्यास केला आहे.

३) वातावरणात्मक किंवा पर्यावरणात्मक दृष्टिकोन (Ecological Approach)

वातावरणात्मक किंवा पर्यावरणात्मक दृष्टिकोनातून लोकप्रशासन शास्त्राचे अध्ययन होणे गरजेचे आहे. लोकप्रशासनाचे अध्ययन करण्यासाठी वातावरणात्मक दृष्टिकोनातून फेरेल हेडी, रॉबर्ट डाल्ह, रोस्को मार्टिन आणि प्रो. रिग्ज यांनी अभ्यास केला. "The Ecological of Public Administration" या ग्रंथात प्रो. रिग्ज यांनी वातावरणात्मक दृष्टीकोनाचे महत्त्व विशद करून; वनस्पती व प्राणी यांच्यावर आजूबाजूच्या वातावरणाचा प्रभाव पडल्याने क्रिया-प्रतिक्रिया घडून येतात. त्याप्रमाणे परिस्थितीचा प्रभाव हा लोकप्रशासन शास्त्रावरदेखील पडतो. लोक, सामाजिक, राजकीय, भौतिक, सांस्कृतिक, भूप्रदेश या घटकांचा प्रशासन रचनेवर वा व्यवस्थेवर प्रभाव पडत राहतो. असे जॉन गॉस यांचे मत आहे. लोकप्रशासनाच्या पर्यावणात्मक दृष्टिकोनाचे मुख्य समर्थक वुड्रो विल्सन, एल.डी. व्हाइट हे आहेत.

समाजशास्त्रीय दृष्टिकोनातून लोकप्रशासन व्यवस्थेचा अभ्यास करताना सामाजिक, आर्थिक, भौतिक, सांस्कृतीक अशा परिस्थितीचा परिणाम लोकप्रशासन व्यवस्थेवर होतो.

२० व्या शतकात पर्यावरणात्मक दृष्टिकोनाला लोकप्रशासनमध्ये महत्त्व येऊ लागले आहे. त्यामुळे लोकप्रशासनाचे अध्ययन हे संशोधन आणि विश्लेषण पद्धतीने होऊ लागले आहे. विशिष्ट प्रकारचे प्रशासन हे तेव्हा अनुकूल व उपयुक्त ठरते, जेव्हा विशिष्ट वातावरण असते. देशाची प्रशासकीय व्यवस्था ही राजकीय व आर्थिक स्थिती यांवर अवलंबून असते. थोडक्यात, लोकप्रशासनाचे स्वरूप हे पुढील चार प्रकारच्या वातावरणांवर अवलंबून असते.

१) सामाजिक वातावरण २) आर्थिक वातावरण ३) राजकीय वातावरण ४) सांस्कृकि वातावरण. सामाजिक परिस्थितीचा लोकप्रशासनावर प्रभाव पडत असतो. सामाजिक मूल्ये, प्रथा, रूढी, परंपरा, लोक व्यवहार इत्यादींचा प्रभाव निश्चित स्वरूपात

प्रशासनावर पडतो. लोकप्रशासनात सामाजातील विविध वर्ग भेद, भाषा भेद, प्रादेशिक संघर्ष, वर्णभेद यांचा परिणाम प्रशासकीय यंत्रणेवर पडत असतो. देशातील उपलब्ध साधन सामग्री, व्यापार, आयात-नियात, उत्पादन व्यवस्था, विकास योजना, आर्थिक धोरण, नियंत्रण या गोष्टींचा विचार करता, प्रशासनाचे स्वरूप व व्यवस्था ठरवता येते.

विकसित देश औद्योगिक दृष्ट्या प्रगत व संपन्न असतात, तर विकसनशील देशाची आर्थिक परिस्थिती खालावलेली असते.

राजकीय परिस्थितीचा प्रभाव प्रशासनावर दिसून येतो. (राजकीय पक्ष, परिवर्तन, घडामोडी) देशाने कोणत्या स्वरूपाची राज्यघटना स्वीकारली आहे, त्याप्रमाणे त्या देशाची प्रशासकीय यंत्रणा आणि कार्य पद्धती तयार केली जाते. सांस्कृतिक घटकांचादेखील प्रभाव प्रशासनावर दिसून येतो. (उदा. भाषा, मूल्ये, धर्म, नीतीतत्त्वे, आदर्श, जनसंपर्क साधने) प्रशासकीय संस्कृती निश्चित करण्यासाठी देशात कोणत्या स्वरूपाची संस्कृती यावर ती अवलंबून असते.

४) **निर्णय-निर्धारण दृष्टिकोन** (Decision Making Approach)

लोकप्रशासनात निर्णय घेण्याच्या प्रक्रियेस महत्त्वाचे स्थान असल्याने निर्णय निर्धारण ही मानवी जीवन, व्यवस्थापन, सार्वजनिक कार्यात सतत चालणारी प्रक्रिया आहे. प्रशासनातील कोणताही निर्णय घेण्यासाठी योग्य, अचून निर्णय घेणे आवश्यक असते. प्रशासकीय स्तरावर नेहमी निर्णय घ्यावे लागता; कारण त्याशिवाय प्रशासकीय कार्ये पूर्ण होत नाहीत.

आधुनिक काळात प्रशासनातील निर्णयग्रहण प्रक्रियेविषयी हर्बर्ट सायमन यांनी महत्त्वपूर्ण विचार मांडले आहेत. 'प्रशासकीय वर्तन' Administrative Behaviour) या ग्रंथात सायमन यांनी निर्णय ग्रहणाविषयी सविस्तर मांडणी केली आहे. विवेकशील निर्णय ग्रहण प्रक्रिया आणि निर्णय ग्रहण प्रतिमानाबद्दल विचार सायमन यांनी मांडले आहेत. तत्त्वज्ञान व अर्थशास्त्र या दोन सामाजिक शास्त्रांच्या द्वारे प्रशासकीय संघटनेतील निर्णय ग्रहण प्रक्रियेविषयी अनेक विचारवंतानी योगदान दिले आहे.

प्रशासकीय संघटनेत निर्णय होण्याची प्रक्रिया ही महत्त्वाची असली, तरी ती तेवढीच अवघड व गुंतागुंतीची प्रक्रिया आहे. प्रशासकीय संघटनेतील ज्या व्यवस्थापकाकडे निर्णय घेण्याची क्षमता असते तो त्वरित निर्णय घेऊन कार्याचा शुभारंभ करतो. काही व्यवस्थापक निर्णय घेण्यात टाळाटाळ किंवा निर्णय लांबणीवर टाकतात. परिणामत: व्यवस्थापकावर कामाचा प्रचंड ताण पडतो आणि त्यांच्याकडे निर्णय घेण्यास वेळ नसतो. घेतलेल्या निर्णयाचे काय परिणाम होतील याची प्रशासकीय व्यवस्थापक जबाबदारी घेत नाहीत.

व्याख्या :

प्रशासकीय संघटनेतील व्यवस्थापकाकडे; धोरणाच्या अंमलबजावणी संदर्भात निर्णय घेताना अनेक मार्गपर्याय (साधने) उपलब्ध असतात. त्यापैकी योग्य पर्यायाची निवड करून कार्य निश्चित करणे या प्रक्रियेस 'निर्णय घेण्याची प्रक्रिया' असे म्हणतात.

- **ॲलन** – 'अंतिम निष्कर्ष व योग्य निर्णयासाठी प्रशासकीय व्यवस्थापकांना लागणारे कार्य म्हणजे निर्णय प्रक्रिया होय.'
- **जॉर्ज टेरी** – 'निर्णय प्रक्रिया म्हणजे दोन अथवा अधिक पर्यायांपैकी एक पर्यायाची निवड करणे होय.'
- **टूर्विन ब्रॉस** – यांच्या मते, 'विविध पर्यायी मार्गांपैकी कृती वा कार्य करण्याकरिता एक पर्यायी मार्ग निवड म्हणजे निर्णय प्रक्रिया होय.'
- **कून्टझ आणि ओ डॉनेल** – 'एखाद्या धोरणाच्या निश्चितीसाठी वा कार्यासाठी उपलब्ध असलेल्या अनेक मार्गांपैकी एका पर्यायाची किंवा मार्गाची निवड करणे म्हणजे निर्णय प्रक्रिया होय.'

वरील व्याख्यांचा आशय लक्षात घेऊन निर्णय प्रक्रियेची वैशिष्ट्ये सांगता येतात.

१) निर्णय प्रक्रियेच्या मागे ध्येयप्राप्ती हा उद्देश वा हेतू असतो.

२) उद्दिष्ट्ये, नियोजन, धोरणाच्या अंमलबजावणीसाठी निर्णय घेतले जातात.

३) निर्णय प्रक्रियेत अनेक पर्यायांपैकी एका पर्यायाची निवड करावी लागते.

४) प्रशासकीय निर्णयासाठी निर्णय घेणे हे एक साधन आहे.

५) निर्णय प्रक्रियेतील निर्णय कायम स्वरूपी नसतात.

६) निर्णय प्रक्रिया ही सांघिक स्वरूपाची असते.

७) निर्णय प्रक्रियेचे स्वरूप सार्वत्रिक आहे.

निर्णयाचे मुलभूत आधार – हर्बर्ट सायमन यांच्या मते, निर्णयाचे दोन आधार आहेत.

प्रशासकाने घेतलेल्या प्रत्येक निर्णयात वस्तुस्थिती व मूल्ये या दोहोंचा समावेश असतो. प्रशासकास ज्या वातावरणात निर्णय घ्यावा लागतो, ते वातावरण त्याच्या निर्णयाचा आधार असते. वास्तविक - आधार व मूल्य-आधार असे दोन भाग हर्बर्ट सायमन यांनी सांगितले आहेत.

१) वास्तविक आधार – वस्तूस्थितीजन्य आधार असेही वास्तविक आधारास म्हटले जाते. वास्तविकतेच्या निकर्षावर आपणास त्याची प्रत्यक्ष अनुभूती आणि तपासणी करता येते. उदा. मासा हा जलचर प्राणी आहे, हे वास्तविक विधान आहे आणि हे सत्य आहे की नाही, हे आपणास तपासून पाहता येते. वस्तूस्थितीजन्य विधान हे एक तर सत्य असते किंवा असत्य असतो.

२) मूल्य आधार - आपण वस्तू स्थितीजन्य मूल्य आधाराचा प्रत्यक्ष अनुभव घेऊ शकत नाही. मूल्य आधाराची प्रचिती घेता येत नाही. वस्तूस्थितीच्या आधारावर आपणास त्याची तपासणी करता येत नाही. उदा. प्रामाणिकपणा हा चांगल्या, आनंदी जीवनासाठी महत्त्वाचा सद्गुण आहे. हे भक्तीच्या मनोधारणेशी निगडित आहे. हे खरे आहे की खोटे, याची आपणास अनुभव वा प्रचिती घेता येत नाही.

हर्बर्ट सायमन यांनी निर्णय प्रक्रियेचे तीन टप्पे सांगितले, ते पुढीलप्रमाणे.

१) गुप्तचर कृती (Intellgence Activity) - माहिती गोळा करणे, परिस्थितीचा अंदाज घेणे. माहितीचे विश्लेषण करणे, बदलत्या स्थितीचा अभ्यास करून वेध घेणे. नव्या संधी साधण्यासाठी नवीन साधने शोधणे या गोष्टींचा समावेश या टप्प्यात होतो.

२) आराखडा कृती (Design Activity) - सर्वसाधारण रचना तयार करणे, योजना आखणे, मनामध्ये सहेतू ठरवलेली योजना, मूळ संकल्पनेच्या प्रश्नाचे स्वरूप कोणते आहे हे ठरविणे, ते प्रश्न वा समस्या सोडविण्यासाठी मार्ग शोधणे. या क्रियांचा समावेश या टप्प्यात होतो.

३) निवड कृती (Choice Activity) - योग्य म्हणून निवडलेली वस्तू किंवा व्यक्ती ही चांगली की वाईट हे ठरविणे, अनेक मार्गांपैकी एका सर्वोच्च मार्गाची वा साधनाची निवड करणे, हा निर्णय प्रक्रियेतील शेवटचा टप्पा मानला जातो.

निर्णय प्रक्रियेमधील पायऱ्या (steps) जॉर्ज टेरी यांनी पुढीलप्रमाणे सुचविल्या आहेत.

१) प्रशासनामधील कोणत्या समस्या महत्त्वाच्या आहेत, त्या प्रथम निश्चित कराव्या लागतात.

२) प्रश्नाची पार्श्वभूमी, इतिहास, संपूर्ण माहिती, त्याबाबतचे दृष्टिकोन समजावून घ्यावे लागतात. त्याचप्रमाणे समस्येची माहिती, आकडेवारी, तांत्रिक व प्रशासकीय सल्ला वा मार्गदर्शन घ्यावे लागते.

३) प्रशासकीय वा संघटनेच्या व्यवस्थापकास उपलब्ध माहितीच्या आधारे काही पर्याय निवडावे लागतात. आणि त्यातील योग्य कोणता, या बाबतीत विचार करावा लागतो.

४) व्यवस्थापकास आपल्या कर्मचाऱ्यांच्या सहकार्याने काम करावे लागते. प्रसंगी, त्यांच्याशी चर्चा करून त्यांची मते जाणून घ्यावी लागतात.

५) संघटनेतील व्यवस्थापकाने घेतलेल्या तात्पुरत्या निर्णयाचे मूल्यमापन करावे लागते. त्याचप्रमाणे निर्णयाची पडताळणी करून योग्य निर्णय वा मते मांडावी लागतात.

६) व्यवस्थापकाने घेतलेला निर्णय निश्चित करून त्या निर्णयाच्या

अंमलबजावणीसाठी तो कृतीत आणावा लागतो.

७) प्रशासकीय व्यवस्थापकाने घेतलेल्या निर्णयाची कार्यवाही चालू असताना गरज भासल्यास त्या निर्णयात; व्यवस्थापक फेरबद्दल करू शकतो.

निर्णय ग्रहणातील (प्रक्रियेमधील) अडथळे आणि समस्या –

१) दैनिक कामाचा ताण – संघटनेच्या व्यवस्थापकास दैनिक निर्णय घेण्यास जास्तीचा कालावधी लागतो. परिणामी, त्यांना निर्णय घेण्यास वेळ मिळत नाही. प्रशासनामधील नित्याच्या कामामध्ये गुंतून रहावे लागते. त्यामुळे महत्त्वांच्या समस्या किंवा प्रश्नांसाठी निर्णय घेण्यास त्यांच्याकडे सवड नसते. निर्णय घेण्याचे लांबणीवर टाकल्यास महत्त्वाच्या समस्येसंबंधी निर्णय घेण्यास उशीर झाल्यास व त्यामुळे प्रशासनाच्या कार्यावर त्याचा परिणाम दिसून येतो. व्यवस्थापकाने त्वरित निर्णय घेतल्यास संघटनेचे उद्दिष्ट साध्य करता येऊ शकते. प्रशासकीय व्यवस्थापकांवरील दैनंदिन कामकाजाचा ताण कमी करून विकेंद्रीकरणाचे तत्त्व महत्त्वाचे ठरते.

२) कोणत्या समस्या सोडवाव्यात? – प्रशासकीय समस्या कोणत्या स्वरूपाच्या आहेत, कोणत्या प्रश्नांना प्रथम प्राधान्य द्यावे, हे व्यवस्थापकास समजले नाही, तर निर्णय घेण्याचे कार्य योग्य प्रकारे होत नाही. तसेच कोणत्या समस्या किंवा अडचणी कोणत्या वेळी सोडवायच्या? हे व्यवस्थापकास समजत नाही. संघटनेपुढे येणाऱ्या सर्वच समस्या महत्त्वाच्या मानल्या तरी योग्य वेळी त्या समस्यांवर योग्य निर्णय घेणे आवश्यक असते.

३) निर्णयाबाबत खात्री नसते – व्यवस्थापकाला आपण घेतलेले प्रशासकीय स्तरावरील निर्णय योग्य किंवा चुकीचे आहेत हे कळत नसल्यामुळे त्या घेतलेल्या निर्णयाची व्यवस्थापक शाश्वती देऊ शकत नाही. संघटनेतील व्यवस्थापकास घेतलेला निर्णय हा चुकीचा किंवा संघटनेच्या हेतूशी, तत्त्वांशी आणि कार्य पद्धतीशी विसंगत आहे, असे वाटत असल्यास व्यवस्थापन तो निर्णय घेण्याचे लांबणीवर टाकतो. समस्या कोणत्याही स्वरूपाची असली तरी त्यासाठी योग्य पर्याय निवडून त्यासंबंधी चिकित्सक विचार व्यवस्थापकाने करावा लागतो. व्यवस्थापकाने कोणते निर्णय घेतल्यावर त्याचे काय परिणाम होतील हे जाणले पाहिजे.

४) पूर्वग्रहामुळे निर्णय घेणे कठीण – पूर्व ग्रह हे प्रत्येक प्रशासकीय संघटनेत आढळून येतात. व्यक्तीगत स्वरूपाचे पूर्वग्रहही असतात. पुरावा वा माहितीशिवाय एखाद्या समस्येबाबत निर्णय घेणे यास 'पूर्वग्रह दूषित निर्णय' असे संबोधले जाते. विशिष्ट संस्था, व्यक्ती, समूह यांच्याविषयी व्यवस्थापकाच्या मनात पूर्वग्रह असतील; तर तो एकांगी वा पक्षपाती निर्णय घेऊ शकतो. ही गोष्ट संघटनेच्या हितास मारक ठरू शकते. त्यामुळे

व्यवस्थापकाने संस्थात्मक स्वरूपाचे पूर्वग्रह (रूढी, परंपरा, पद्धती वा व्यवस्था) बाजूस करून निष्पक्षपातीपणे योग्य निर्णय घेणे आवश्यक ठरते.

ब) वर्तनवादी दृष्टिकोन (Behavioural Approach)

हा दृष्टिकोन लोकप्रशासनाच्या अध्ययनात आधुनिक दृष्टिकोन म्हणून ओळखला जातो. मिस मेरी, पार्लर, फॉलेट व हर्बर्ट सायमन यांनी वर्तनवादी दृष्टिकोनाचा पुरस्कार केला तर डेव्हिड ईस्टन, प्रो. रिग्ज, मर्टन, सीयर्स, रॉबर्ट आणि कॅटलीन या अभ्यासकांनी या दृष्टिकोनातून लोकप्रशासनाच्या व्यवस्थेतील घटना आणि समस्यांचा अभ्यास केला. समाजशास्त्रीय मानसशास्त्रीय पद्धती आणि सिद्धान्ताचा स्वीकार या दृष्टिकोनात करण्यात आला आहे. लोकप्रशासनास शास्त्रीय वास्तववादी स्वरूप देणे हा वर्तनवादी दृष्टिकोनाचा मुख्य उद्देश किंवा हेतू आहे. वर्तनवाद हा कल्पना, व्यक्तिनिष्ठ मूल्ये यांना महत्त्व न देता अनुभव व व्यवहार यांवर आधारित आहे. मिस मेरी फॉलेट यांच्या 'गतिशील व्यवस्थापन' (Dynamic Administration) व हर्बर्ट सायमन 'प्रशासकीय वर्तन' (Administrative Behaviour) या ग्रंथांमध्ये वर्तनवादी दृष्टिकोनाचे विश्लेषण केले आहे.

फॉलेट यांनी संघटन, व्यवस्थापन, नेतृत्व, समन्वय, अधिकार नियंत्रण इ. बाबत या दृष्टिकोनातून अभ्यास केला आहे. व्यवस्थापनात मानव हा घटक महत्त्वाचा मानून मानवी वर्तनाचा अभ्यास मानसशास्त्रीय व सामाजिक दृष्टिकोनातून होणे जरुरीचे आहे, असे मत फॉलेट यांनी मांडले. प्रशासनातील मानवी कृतीचा व प्रक्रियांचा अभ्यास मानसशास्त्रीय पद्धतीने केला आहे. मानवाच्या वर्तनाचा अभ्यास करताना त्यांच्या भावनांचा व कृतीचा अभ्यास होणे गरजेचे आहे.

हर्बर्ट सायमन यांनी मानवी वर्तनांच्या अभ्यासास महत्त्व देऊन, पारंपरिक प्रशासकीय विचारांवर टीका करून मानवी वर्तनाचा अभ्यास अधिक शास्त्रीय दृष्टिकोनातून केला आहे. सायमनच्या मते, वास्तव व सूक्ष्म पद्धतीने मानवी वर्तनाचा अभ्यास होण्याकरिता त्यांनी विशेषीकरणावर भर दिला आहे. मानवाचे प्रशासकीय वर्तन कसे असावे याकरिता निरीक्षण, प्रयोग, अनुभव, वस्तुस्थिती या मार्गाने वर्तनवादी दृष्टिकोनात विश्लेषण केले आहे. 'प्रशासकीय वर्तन' या ग्रंथात सायमनने निर्णय निर्धारण प्रक्रिया स्पष्ट करून प्रशानातील निर्णय घेण्याची क्रिया ही महत्त्वाची मानली. संघटनेत कार्य करणाऱ्या मानवी घटकांच्या आशा, आकांक्षा, इच्छांचा सामाजिक व मानसिक दृष्टीने मानवी वर्तन कसे घडते, याविषयी वास्तववादी विश्लेषण केले आहे.

वर्तनवादी दृष्टिकोनाची वैशिष्ट्ये पुढीलप्रमाणे –

१) नियमितता (Regularity) : प्रशासनात समाविष्ट झालेला मानवी घटक जेव्हा प्रशासकीय व्यवस्थेत सहभाग घेतो तेव्हा त्याच्या वर्तनात नियमितपणा किंवा सारखेपणा आढळून येतो. वर्तनवादी अभ्यासक मानवी वर्तनातला नियमितपणा शोधून त्याच्या आधारे प्रशासकीय सर्वसामान्य सिद्धान्ताची मांडणी करतात.

२) निष्कर्षाची पडताळणी (Verification) : प्रशासनातील जे निष्कर्ष काढले जातात तेव्हा वर्तनवादी अभ्यासक त्याचा खरेखोटेपणा शोधून त्याची पडताळणी करतात. संघटनेतील वर्तनासंबंधीचा निष्कर्ष हा इतर संघटनेच्या त्या स्वरूपाच्या वर्तनाशी लागू होतो किंवा नाही हे पाहतात.

३) शास्त्रशुद्धता (Scientific Purity) : लोकप्रशासनशास्त्र हे व्यवहारवादी शास्त्र आहे. परंतु भौतिकशास्त्राप्रमाणे ते शुद्ध शास्त्र नाही. प्रशासनाचे जेव्हा योग्य सिद्धान्ताद्वारे अध्ययन केले जाते तेव्हा त्या प्रशासनास शास्त्रीयस्वरूप प्राप्त होते. त्यासाठी वर्तनवादी अभ्यासक निरीक्षण, वर्गीकरण, प्रयोग, परीक्षण या वैज्ञानिक पद्धतींचा वापर करून लोकप्रशासनाचे सिद्धान्त व तत्त्वे मांडतात.

४) मूल्यनिरपेक्षता (Value Free) : वर्तनवादी विचारवंत मूल्ये, आदर्श यांना महत्त्व न देता सत्य घटना व प्रक्रियांच्या आधारे वास्तववादी निष्कर्ष मांडतात. संपूर्ण विश्वाच्या अभ्यासाऐवजी काही निवडक नमुना भागांचा किंवा विश्वाचा अभ्यास किंवा संशोधन करून मूल्यनिरपेक्ष निष्कर्ष काढणे सोपे जाते. त्याकरिता नमुना, निरीक्षण, मुलाखत, प्रमाणीकरण या पद्धतीचा अवलंब करून वर्तनवादी संशोधक प्रशासकीय वर्तनाची मूल्यनिरपेक्ष तत्त्वे शोधून काढतात.

५) आंतरविद्याशाखीय संबंधविषयक दृष्टिकोन (Inter Disciplinary Approach) : प्रशासनात मानवी वर्तनातील विविध बाजूंचा म्हणजे सामाजिक, आर्थिक, मानसिक, नैतिक विचार केला जातो. संघटनेतील सहभागी वरिष्ठ–कनिष्ठ सेवकांच्या वर्तनावर या विविध गोष्टींचा परिणाम घडून येत असतो; म्हणून लोकप्रशासन शास्त्राचा अभ्यास करताना सामाजिक शास्त्रांच्या परस्परसंबंधांचा व परिणामांचा अभ्यास करावा लागतो. प्रशासकीय वर्तनांचा निकष काढताना समाजशास्त्र, राज्यशास्त्र, अर्थशास्त्र, नीतिशास्त्र, मानसशास्त्र या विविध शास्त्रांशी असलेल्या संबंधांचा अभ्यास करावा लागतो.

वर्तनवादी दृष्टिकोनाचे मूल्यमापन (Evalution) **:** वर्तनवादी अभ्यासकांनी जे दृष्टिकोन आणि निष्कर्ष काढले आहेत त्यावर पुढीलप्रमाणे आक्षेप घेतले आहेत–

१) वर्तनवादाचे नियमितता हे वैशिष्ट्य मानले तर प्रत्यक्षात हा नियमितपणा टिकत नाही. मानवी वर्तन हे गतिशील आणि परिवर्तनीय असल्याने पुन्हा तेच वर्तन घडेल याची शाश्वती देता येत नाही. मानवी स्वभाव हा भिन्न स्वरूपाचा असल्याने प्रत्येक व्यक्तीची मानसिक अवस्था भिन्न असते. प्रशासकीय वर्तनाबाबत निरीक्षण, प्रयोग करून भौतिकशास्त्राप्रमाणे निष्कर्ष काढता येत नाहीत; कारण वर्तनासंबंधीचा अभ्यास पक्षपाती व पूर्वगृहदूषित असतो, हे नाकारता येत नाही. व्यक्तीकडून मिळणारी माहिती अचूक व सत्य असेलच असे नाही; कारण ती व्यक्ती भावनाप्रधान आणि तिचे मत, विचार चंचल असतात.

२) निष्कर्षाची पडताळणी पाहण्याची जी पद्धती वर्तनवाद्यांनी स्वीकारली ती अपूर्ण व अयोग्य आहे; कारण मानवी वर्तनाचे निरीक्षण करून गोळा केलेली माहिती अचूक व योग्य असेलच असे नसते. एखाद्या सेवकाचे किंवा अधिकाऱ्याचे वर्तन अयोग्य आणि गैर असेल तर त्याला प्रश्न विचारून त्याच्या वर्तनाची चौकशी केली तर त्यासंबंधीची माहिती खरी मिळेलच याची शाश्वती नसते; तसेच रास्त व्यक्तीचे वर्तन दुसऱ्या व्यक्तीशी मिळतेजुळते असेलच असे नाही.

३) प्रशासकीय वर्तन हे शुद्ध व पूर्ण शास्त्रीय नसते; कारण लोकप्रशासन सामाजिक शास्त्र आहे ते भौतिकशास्त्राप्रमाणे शास्त्रीय स्वरूपाचे नाही. मानवी वर्तनात स्थल, काल, कारण परत्वे बदल घडून येत असतो.

४) वर्तनवादात मूल्यनिरपेक्ष हे तत्त्व अयोग्य व अव्यावहारिक वाटते; कारण सत्य घटना व मूल्ये यांचा परस्पर विचार होणे आवश्यक असतो. प्रशासकीय वर्तन कसे आहे याबरोबरच ते कसे असावे, याचा विचार करावा लागतो; म्हणून वर्तनवादी यांनी मूल्यनिरपेक्ष न राहता सामाजिक, नैतिक, कर्तव्यांचा विचार करून अधिक व्यावहारिक राहावे.

५) आंतरविद्याशाखीय संबंधांच्या अभ्यासाला अधिक महत्त्व दिलेले आहे. वर्तनवाद्यांनी सामाजिक शास्त्रांच्या अभ्यासाला महत्त्व दिल्याने इतर विषयांचे स्रोत अधिक वाढत आहेत.

क) व्यवस्था दृष्टिकोन (System Approach)

लोक प्रशासनाच्या अभ्यासाचा दृष्टिकोन म्हणून 'System' या शब्दाचा वापर केला जातो. पद्धती, यंत्रणा, रचना, व्यवस्था असे काही 'System' चे अर्थ आहेत. साधारणपणे व्यवस्थितपणे काम किंवा रचना म्हणजे 'System' होय. सिस्टिममध्ये एखाद्या

संस्थात्मक रचनेची पद्धती वा यंत्रणा कशी आहे हे अभिप्रेत असते. लोकप्रशासनामधील वास्तववादी अभ्यास करण्यासाठी व्यवस्थावादी दृष्टिकोन आवश्यक मानला जातो. प्रशासनात 'व्यवस्थे'ला केंद्र मानून त्या दृष्टिने लोकप्रशासनाचा योग्य अभ्यास केला जाऊ शकतो.

डेव्हिड इस्टन यांनी आपल्या 'उत्तर वर्तनवादात' राजकीय व आर्थिक दृष्टिकोनातून हेतूपूर्तीचे माध्यम वा साधन म्हणून आणि संघटनेकडे व्यवस्था म्हणून पाहिले आहे. बर्टन लेंकी या शास्त्रज्ञाने जीव शास्त्रात (Biological Science) व्यवस्थेची संकल्पना मांडली आहे. टॉलकाट पार्सन्सने सामाजिक शास्त्रामध्ये या दृष्टिकोनाचा उल्लेख केला आहे. चेस्टर बर्नार्ड यांनी सर्व प्रथम लोकप्रशासनात व्यवस्था दृष्टिकोनाचा वापर केला.

प्रशासन व्यवस्थेतील अधिकारी व प्रक्रिया यांचे संबंध व्यवस्थावादी दृष्टिकोनाच्या विचारनुसार महत्त्वाचे असतात. व्यवस्था दृष्टिकोनाची तीन वैशिष्ट्ये आहेत. (१) व्यवस्थेची योग्यता (२) व्यवस्थेची प्रभाव निर्मिती (३) व्यवस्थेची क्षमता सामाजिक शास्त्रातील सामाजिक संघटना, अर्थ शास्त्रातील आर्थिक संघटना तर राज्य शास्त्रातील राजकीय संघटनांचा शास्त्रीय पद्धतीने अभ्यास केला जातो. प्रशासकीय संघटनांचे लोकप्रशासनात अध्ययन करण्यात येते. सर्व सामाजिक शास्त्रांमध्ये आणि सर्व प्रकारच्या संघटनांच्या अभ्यासात व्यवस्था दृष्टिकोन उपयोगात आणण्यात येत आहे.

व्यवस्था दृष्टीकोन हा लोकप्रशासनाच्या अभ्यासाचा आधुनिक दृष्टिकोन आहे. दुसऱ्या महायुद्धानंतर विविध ज्ञानशाखांत एक नवीन पद्धती विकसित झाली. या पद्धतीमुळे विविध शास्त्रांचे एकीकरण, एकात्मीकरण व त्यांचे विश्लेषण करण्यात येऊ लागले. संघटनेच्या सिद्धान्तामळे या पद्धतीच्या संकल्पनेचा विकास झाला. पद्धती म्हणजे एक पूर्ण आराखडा किंवा आकृती होय. ज्यामध्ये विविध संबंधित भाग जोडलेले असतात. त्यामुळे संघटना या दृष्टिकोनातून पूर्व सामाजिक पद्धत मानली जाते. दुसऱ्या शब्दांत असे सांगता येईल की, पद्धतीत सर्व संबंधित भागांचे एकीकरण करता येते; त्यात काही इतर घटकांचा समावेश करून, नियोजनपूर्वक कार्य करून, उत्पादन काढण्यास मदत होऊ शकते. विविध संबंधित सर्व उपपद्धती परस्परांवर प्रभाव पाडून उपपद्धतीचे एकत्रीकरण करून त्यांना एकमेकांना जोडण्यात येते. मानवाच्या संघटना या उपपद्धतींच्याद्वारे मानवी भौतिक सामग्रीतून समाजाला त्याचा नफा किंवा तोटा देता येतो. उपपद्धती संघटनेच्या कोणत्याही बाबींचा विचार करत असते; तसा या उपपद्धती गतिशील असणे हा त्यांचा स्वभावच असतो. ज्या प्रकारचा त्यांच्यावर प्रभाव असतो तशा प्रकारचा बदल उपपद्धतींमध्ये होत असतो.

हर्बर्ट सायमन यांना या सिद्धान्ताचा प्रमुख मानले जाते. त्यांच्या मते, संघटना

ही एक पूर्व पद्धती आहे, ज्यामध्ये इतर सर्व उपपद्धतींचा समावेश केला जातो व ती पद्धती उत्पादन तयार करत असते. मानव हा त्याच्या सदसद्विवेकबुद्धीनुसार काही गोष्टी निवडत असतो. मानवाची निवड पर्यावरणाच्या गरजांनुसार असते; त्याप्रमाणे संघटनेचे घटक या पद्धतीने कार्य करत असतात.

वेस्ट चर्चमन यांनी व्यवस्थापन व पद्धती दृष्टिकोनात पुढील गोष्टींचा समावेश केला आहे.

१) पद्धतीची संपूर्ण उद्दिष्टे व कार्यक्रमाचे मोजमाप.

२) पद्धतीचे साधन कार्यक्रमात उपयोगी.

३) पद्धतीचे पर्यावरण कार्य करण्यासाठी भाग पाडते.

४) पद्धतीचे घटक त्यांच्या उद्दिष्टांसाठी कार्य करतात.

५) पद्धती व्यवस्थापनात उपयोगी.

संघटनात्मक विश्लेषण आणि ज्या प्रेरणेमुळे व वर्तनामुळे त्याचे कार्य मोजता येते; संघटनेत लोक एकत्र करण्यासाठी या पद्धतीचा वापर केला जातो.

सारांश

पारंपरिक व आधुनिक अशा दोन दृष्टिकोनातून लोकप्रशासनाचा अभ्यास केला जातो. ऐतिहासिक, वैधानिक, वर्णनात्मक, व्यवस्थापनात्मक या सर्व दृष्टिकोनांचा समावेश पारंपरिक दृष्टिकोनात होतो; तर तुलनात्मक दृष्टिकोन, रचनात्मक दृष्टिकोन, वातावरणात्मक दृष्टिकोन, वर्तनवादी दृष्टिकोन, निर्णय निर्धारण दृष्टिकोन आणि व्यवस्था दृष्टिकोन यांचा समावेश आधुनिक दृष्टिकोनात होतो. अशा प्रकारे लोकप्रशासनाच्या अभ्यासाचे दृष्टिकोन सांगता येतात.

सराव प्रश्न :

१) लोकप्रशासनाच्या अभ्यासाचे दृष्टिकोन सांगा.

२) लोकप्रशासनाच्या अभ्यासाचे पारंपरिक दृष्टिकोन सांगा.

३) लोकप्रशासनाच्या अभ्यासाचे आधुनिक दृष्टिकोन सांगा.

४) लोकप्रशासनाच्या अभ्यासाचा वर्तनवादी दृष्टिकोन स्पष्ट करा.

५) लोकप्रशासनाच्या अभ्यासाचा व्यवस्था दृष्टिकोन स्पष्ट करा.

प्रकरण ४

शासनव्यवहार

Governance

अ) सुशासनाची संकल्पना (Idea of Good Governance)
ब) ई-शासन (E-Governance)
क) सार्वजनिक -खाजगी भागीदारी (Public-Private Partnership)

प्रस्तावना (Introduction)

समकालीन सामाजिकशास्त्राच्या विचार विश्वामध्ये 'शासनव्यवहार' ही संकल्पना वैश्विक स्वरूपाची झाली आहे. प्रशासन किंवा नियम म्हणजे शासनव्यवहार नव्हे; तर जागतिकीकरणाच्या युगामध्ये शासनव्यवहाराला विशेष असा अर्थ प्राप्त झाला आहे. ज्या मूल्यांच्या चौकटीत सत्ता चालविली जाते त्यास शासनव्यवहार असे म्हणतात. शासन चालविण्याची कृती म्हणजे 'शासनव्यवहार' होय. शासनव्यवहार हा अपेक्षा, सत्ता किंवा कृती यांना निश्चित करणाऱ्या निर्णयाशी संबंधित अशी संकल्पना आहे. शासनव्यवहार ही वेगळी प्रक्रिया आहे किंवा व्यवस्थापनाचा विशिष्ट भाग आहे किंवा नेतृत्वाची प्रक्रिया आहे. लोकव्यवस्था किंवा प्रक्रिया चालविण्यासाठी काही वेळेस शासन प्रस्थापित करतात. व्यापार किंवा नफा न देणाऱ्या संघटना यांच्या बाबतीत शासनव्यवहार हा यथायोग्य व्यवस्थापन, चिवट धोरणे, प्रक्रिया आणि निर्णयाचे अधिकार ही जबाबदारीची क्षेत्रे आहेत. उदा. माहितीचा वापर करून अंतर्गत गुंतवणुकीच्या बाबतीत गुप्ततेचे धोरण ठरविण्याच्या पातळीवरती व्यावसायिक क्षेत्रामध्ये शासनव्यवहार संबंधित असतो.

शासन 'काय करते' यांच्याशी संबंधित शासनव्यवहार ही संकल्पना आहे. भू-राजकीय शासन, व्यावसायिक शासन, सामाजिकशासन किंवा शासन संस्थेचे

वेगवेगळे प्रकार यांच्याशी संबंधित ही संकल्पना आहे. सत्ता आणि धोरण यांच्या व्यवस्थापनाचा सराव म्हणजे शासनव्यवहार होय; तर शासन म्हणजे सामूहिक कृती करणारी यंत्रणा आहे. 'शांतता, आज्ञा आणि चांगले शासन' म्हणजे शासनव्यवहार होय.

शासनव्यवहार ही संकल्पना तीन मुद्यांशी संबंधित आहे. हे मुद्दे पुढीलप्रमाणे-

१) शासनव्यवहार ही संकल्पना संपूर्ण जी सार्वजनिक-खाजगी भागीदारीशी संबंधित असते किंवा शासनव्यवहाराची भागीदारी सामाजिक संघटनांशीदेखील असते.

२) शासनव्यवहार या संकल्पनेत बाजारयंत्रणेचा वापर केला जातो; म्हणजेच स्पर्धेची तत्त्वे शासनव्यवहार संकल्पनेत अभिप्रेत आहे. परंतु शासनाच्या नियंत्रणाखाली राहूनच सर्व संसाधनांचा वापर केला जातो.

३) प्राथमिक पातळीवर त्यामध्ये सरकारचा आणि राज्याच्या नोकरशाहीचा सहभाग असतो. यामध्ये वरपासून ते खालीपर्यंत असलेली सरकार व राज्याच्या नोकरशाहीची पद्धती वापरली जाते.

शासनव्यवहार हा सार्वजनिक अधिसत्ता आणि जबाबदारीची क्षमता यांच्याशी संबंधित असतो. क्षमता यामध्ये राज्याची आर्थिक संसाधने, प्रशासकीय पायाभूत सेवा-सुविधा आणि धोरण, निर्णय यांचा समावेश होतो; तर जबाबदारीमध्ये राजकीय व्यवस्थेच्या कामगिरींचा समावेश होतो. 'शासनव्यवहार' हा सत्ता आणि राजकारण यांच्याशी संबंधित असतो.

'शासनव्यवहार' शब्दाचा उदय किंवा उगम

ग्रीक शब्द 'Kubernao' या शब्दापासून 'Governance' हा इंग्रजी शब्द तयार झाला. याचा अर्थ चालविणे असा होतो. शासनव्यवहार हा शब्द पहिल्यांदा प्लेटोने वापरला. ग्रीक भाषेनंतर तो लॅटिन भाषेत वापरला व त्यानंतर इतर अनेक भाषांमध्ये वापरला गेला.

कोणत्याही आकाराच्या संघटनेमध्ये शासनव्यवहार ही प्रक्रिया वापरता येते. एकट्या व्यक्तीपासून ते मानवी समूहापर्यंत, कोणत्याही हेतूसाठी कार्य करू शकते. चांगल्या किंवा वाईट तसेच नफा किंवा तोट्यासाठी देखील ही वापरता येते. वाईट परिस्थितीमध्येदेखील चांगला परिणाम देणारी पद्धत निर्माण करणारी संघटना, निर्माण करण्याचा हेतू शासनव्यवहारामध्ये असतो.

शासनव्यवहाराची प्रक्रिया चालविणारी साध्ये पुरविण्याचे काम राजकारण करते. उदा. राजकीय कार्यक्रमाच्या माध्यमातून लोक अपेक्षांची निवड करतात. राजकीय कृतीतून राजकीय सत्तेला शाश्वती देतात की राजकीय वर्तणुकींच्या माध्यमातून

कामगिरीचा निवाडा करतात. शासनव्यवहार ही संकल्पना या पद्धतीने समजून घेता येते. शासनव्यवहार ही संकल्पना राज्यसंस्थेच्या संकल्पनेला लागू करता येते. कंपन्या, संशोधन संस्था, भागीदारी संस्था तसेच इतर संस्था कोणता ना कोणता हेतू घेऊन कार्य करणाऱ्या व्यक्तींना 'शासनव्यवहार' ही संकल्पना लागू होते.

व्याख्या

१) जागतिक बँकेनुसार शासनव्यवहार म्हणजे, 'समाजातील समस्या व गैरव्यवहार नियंत्रित करण्यासाठी संस्थात्मक साधनांचा वापर करणे आणि राजकीय अधिसत्तेचा सराव करणे होय.'

२) 'कर्ते आणि त्यांनी स्वीकारलेले निर्णय यांच्यामधील संघर्ष सोडविणारे राजकीय व्यवस्थेचे नियम म्हणजे शासनव्यवहार'

३) 'संस्थांची योग्य कार्यवाही आणि त्यांचा लोकांनी केलेला स्वीकार म्हणजे शासनव्यहार होय.'

शासनव्यवहार व राजकारण या दोन संकल्पना वेगवेगळ्या आहेत. ज्यामध्ये लोकांचा गट प्राधान्याने पराङमुख मत देत असतो. अशा प्रक्रियेमध्ये राजकारण समाविष्ट असते किंवा जेथे हितसंबंध सामूहिक निर्णयाच्या आधारे प्राप्त केले जातात की जे सर्वसामान्य गटांवरती बंधनकारक असतात व बळाच्या साहाय्याने सामान्य धोरणे आखली जातात; तर शासनव्यवहार म्हणजे 'प्रशासन चालविणे.' शासन चालविण्याचे घटक प्रक्रियेवरती आधारलेले असतात.

वैशिष्ट्ये

नव-उदारमतवादी या विचारप्रणालीवरती शासनव्यवहार आधारलेला आहे. नवउदारमतवादी आर्थिक सिद्धान्तामध्ये शासनव्यवहाराची बीजे आढळतात. राज्य, बाजारपेठ आणि नागरी समाज यांच्यातील मध्यस्थ म्हणून शासनव्यवहार कार्य करतो.

१) सहभाग : शासनव्यवहाराची महत्त्वाची बाजू म्हणजे महिला व पुरुषांचा सहभाग होय. हा सहभाग प्रत्यक्ष किंवा प्रतिनिधित्वाच्या स्वरूपाचा असतो. सहभाग हा संघटनात्मक असला पाहिजे.

२) कायद्याचे राज्य : शासनव्यवहारामध्ये कायदेशीर चौकट महत्त्वाची असते. अल्पसंख्याकांच्या मूलभूत हक्कांना संरक्षण देण्याची यामध्ये गरज असते.

३) पारदर्शकता : शासनव्यवहारामध्ये घेतलेले निर्णय हे कायद्याच्या चौकटीमध्ये असतात. शासनव्यवहाराची माहिती सहजपणे जनतेला मिळते. जनतेला समजेल अशा भाषेमध्ये ती पुरविली जाते.

४) प्रतिसादात्मक : शासनव्यवहारामध्ये लोकांचा सहभाग असणे तसेच संस्था आणि प्रक्रिया यांनी भागधारकाचे कल्याण करणारे धोरण, आखणी व अंमलबजावणी केली पाहिजे; यातून लोकांची अधिमान्यता सरकारी संस्थांना मिळते.

५) संमतिदर्शक : समाजामध्ये अनेक मते किंवा दृष्टिकोन असणारे कर्ते किंवा लोक असतात. शासनव्यवहारामध्ये वेगवेगळ्या हितसंबंध असणाऱ्या समाजघटकांमध्ये समन्वय साधण्याचा प्रयत्न केला जातो. संपूर्ण समाजाचे हित कशात आहे? ते कोणत्या प्रकारे प्राप्त करता येईल याबद्दल एकवाक्यता निर्माण केली जाते. शाश्वत मानवी विकासाची उद्दिष्टे साध्य करता येतील.

६) समता आणि समावेशकता : शासनव्यवहारामध्ये समाजाच्या मुख्य प्रवाहामध्ये समाजातील प्रत्येक घटकाला समान स्थान किंवा संधी असते. समाजातील सर्वच गटांना विशेषत: हा नाकारल्या गेलेल्या समाजघटकांना स्वत:मध्ये सुधारणा करण्याची समान संधी उपलब्ध असली पाहिजे.

७) परिणामकारकता आणि कार्यक्षमता : संस्था आणि प्रक्रियांना साधनसंपत्तीचा पुरेपूर वापर करून समाजाच्या गरजा पुरविल्या पाहिजेत. तसेच शासनव्यवहारामध्ये नैसर्गिक संसाधनांचा शाश्वत वापर झाला पाहिजे व पर्यावरणाचे देखील संरक्षण करण्यावरती भर दिला पाहिजे.

८) उत्तरदायित्व : शासनव्यवहाराचे गरजेचे तत्त्व म्हणून उत्तरदायित्व संकल्पनेकडे पाहिले जाते. सरकारी संस्था, खाजगी क्षेत्रे तसेच नागरी सामाजिक संघटना या लोकांना जबाबदार असतात किंवा लोकांच्याप्रति त्यांचे उत्तरदायित्व असते. संस्था आणि संघटनात्मक पातळीवरती अंतर्गत व बहिर्गत घेतले गेलेले निर्णय, केलेल्या कृती यावरून कोण, कोणाला जबाबदार (उत्तरदायी) हे निश्चित होते. सर्वसामान्यपणे संस्था आणि संघटनात्मक पातळीवरती घेतल्या गेलेल्या निर्णयांचा, कृतींचा परिणाम ज्यांच्यावर होतो त्यांनाच या संस्था किंवा संघटना जबाबदार किंवा उत्तरदायी असतात. पारदर्शकता व कायद्याचे राज्य असल्याशिवाय उत्तरदायित्व असूच शकत नाही.

शासनव्यवहाराच्या सैद्धांतिक बाजू

१) उत्तरदायित्व, पारदर्शकता आणि सहभाग ही लोकप्रशासनाची तीन तत्त्वे शासनव्यवहाराला लागू पडतात.

२) ज्या प्रक्रियेवरती आधारलेली राजकीय सत्ता चालविली जाते तिच प्रक्रिया पुढे चालविली जाते. राज्यसंस्था, बाजारपेठ आणि नागरी समाज यांच्यातील

संवाद वाढविण्यावरती शासनव्यवहारात भर दिला जातो; त्याला महत्त्व दिले जाते.

३) शासनाची तत्त्वे आणि प्रक्रियेच्या पातळीवरील यशस्वीता हा राज्यसंस्थेच्या क्षमता व सातत्याचा योगायोग असतो. शासनव्यवहाराचे जर नियंत्रण नसेल तर ती व्यवस्था जुलमी ठरते.

थोडक्यात, शासनव्यवहार हा काही जादूचा आराखडा नाही. स्वत:हून त्यामध्ये काळानुसार बदलही होऊ शकत नाहीत. शासनव्यवहार अशा प्रकारचे झाड आहे की ज्याची सातत्याने निगा राखावी लागते. चांगल्या शासनव्यवहाराची मागणी नागरिकांनी करणे गरजेचे आहे. साक्षरता, शिक्षण व सबलीकरणाची संधी यामधून ही क्षमता वाढू शकते. समाजघटकांकडून आलेल्या मागण्यांना शासनसंस्थेकडून प्रतिसाद मिळाला पाहिजे.

शासनव्यवहाराचे प्रकार (Types of Governance)

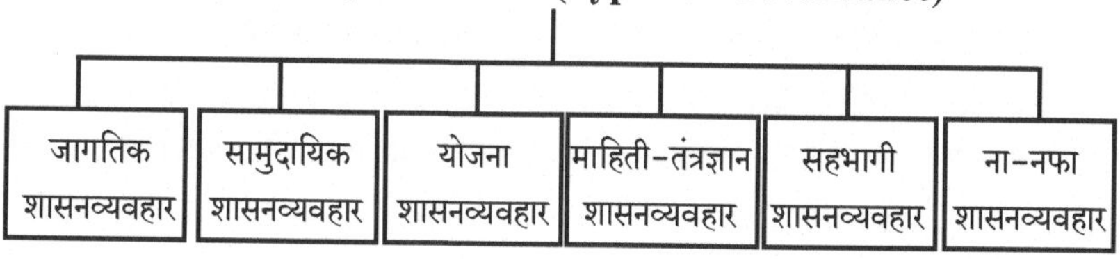

१) जागतिक शासनव्यवहार (Global Governance) : जेम्स रोझानाऊ यांनी जागतिक शासनव्यवहार ही संकल्पना मांडली. शासनव्यवहाराच्या पारंपरिक अर्थाच्या विरोधी अशी ही संकल्पना आहे. राष्ट्रा-राष्ट्रांमधील संबंध किंवा आंतरराष्ट्रीय व्यवस्था ही याची उदाहरणे सांगता येतात. समान गरजा भागविण्यासाठी औपचारिक संबंध प्रस्थापित केले जातात. त्या वेळी जागतिक शासनव्यवहार ही संज्ञा वापरली जाते.

२) सामुदायिक शासनव्यवहार (Corporate Governance) : रिचर्ड ईलस् यांनी पहिल्यांदा 'सामुदायिक शासनव्यवहार' हा शब्द वापरला. सामुदायिक शासनव्यवहारामध्ये अनेक लोक सहभागी झालेले असतात. शेअर्स, भागधारक, व्यवस्थापन आणि संचालक मंडळ हे घटक यांमध्ये महत्त्वाचे असतात; तसेच कामगार, पुरवठा करणारे, ग्राहक, बँका, पर्यावरण आणि समाज यांचा देखील यामध्ये सहभाग असतो.

३) योजना शासनव्यवहार (Project Governance) : माहिती-तंत्रज्ञानाच्या क्षेत्रामध्ये योजना शासनव्यवहार ही संज्ञा वापरली जाते. योजना यशस्वी करण्याची

प्रक्रिया वर्णन करणारी संज्ञा म्हणजे 'योजना शासनव्यवहार' होय.

४) **माहिती-तंत्रज्ञान शासनव्यवहार** (Information Technology Governance) : व्यापार व माहिती-तंत्रज्ञान व्यवस्थापन यांच्यामध्ये संबंध प्रस्थापित करण्यावर हा प्रकार भर देतो. माहिती-तंत्रज्ञान क्षेत्रामध्ये गुंतवणूक करण्यावर हा व्यवहार भर देतो. तसेच माहिती-तंत्रज्ञान क्षेत्राशी संबंधित असणाऱ्या योजनांमधील धोका कमी करण्यावर हा प्रकार भर देतो.

५) **सहभागी शासनव्यवहार** (Participatory Governance) : शासनव्यवहार प्रक्रियेमध्ये राज्यसंस्थेमधील लोकांचा सहभाग वाढविण्यावर हा प्रकार भर देतो. सार्वजनिक निर्णयनिश्चितीमध्ये नागरिकांनी प्रत्यक्ष भूमिका बजावली पाहिजे, ही याची मुख्य कल्पना आहे; तसेच राजकीय प्रश्नांमध्ये लोकांनी सहभागी असले पाहिजे. शासकीय कार्यालयांनी जनतेचा हा सहभाग वाढविला पाहिजे व ती त्यासाठी जबाबदार असली पाहिजे. नागरिकांनी मतदार म्हणून भूमिका बजावणे तसेच प्रत्यक्षपणे सहभागी होऊन नियंत्रण ठेवणे हा सहभागी शासनव्यवहाराचा अर्थ आहे.

६) **ना-नफा शासनव्यवहार** (Non-profit Governance) : विश्वस्त मंडळाच्या जबाबदारीवर प्राथमिक पातळीवर हा प्रकार भर देतो. संघटनेच्या उद्दिष्टांनुसार संघटना कार्य करते की नाही यावरती ना-नफा शासनव्यवहार हा प्रकार भर देतो.

अ) सुशासनाची संकल्पना (Idea of Good Governance)

संपूर्ण जगभर शासन व सुशासन या संकल्पना सतत वापरल्या जात आहेत. आजच्या समाजातील वाईटपणामुळे खराब प्रशासन निर्माण होते. विकसित, विकसनशील व अविकसित राष्ट्रेदेखील खराब शासनाला दूर करून सुशासनाची कल्पना स्वीकारत आहेत, अमलात आणत आहेत. महत्त्वाचे देणगीदार, आंतरराष्ट्रीय आर्थिक संस्था आर्थिक मदत किंवा कर्जे देताना त्या देशांमध्ये सुशासन आहे की नाही हे तपासतात. सुशासन स्थापनेच्या अटीवरती या आर्थिक संस्था आर्थिक मदत करताना दिसतात.

शासन

शासन ही कल्पना आधुनिक नाही किंवा नवीदेखील नाही. शासन ही कल्पना जुनीच आहे. मानवाची संस्कृती जेवढी प्राचीन आहे तेवढी 'शासन' ही कल्पनादेखील जुनीच आहे. शासन म्हणजे निर्णय-निश्चितीची प्रक्रिया होय किंवा शासन म्हणजे कोणत्या निर्णयांची अंमलबजावणी करावयाची व कोणत्या निर्णयांची अंमलबजावणी करावयाची नाही, याची प्रक्रिया होय. शासन ही कल्पना अनेक अर्थाने वापरली

जाते. कार्पोरेट शासन, आंतरराष्ट्रीय शासन, राष्ट्रीय शासन, स्थानिक शासन इ. शासनाच्या निर्णय-निश्चिती प्रक्रियेवर औपचारिक व अनौपचारिक घटक प्रभाव टाकतात. शासन (सरकार) हा शासनातील एक महत्त्वपूर्ण घटक आहे. याशिवाय शासनाच्या विविध पातळ्यांवर विविध घटक सामील होतात. ग्रामीण भागामध्ये शासनाच्या निर्णयप्रक्रियेवर जमीनदार, शेतकरी संघटना, सहकारी संस्था, बिगर शासकीय संस्था, संशोधन संस्था, ग्रामीण नेते, राजकीय पक्ष, आर्थिक संस्था प्रभाव टाकतात; तर शहरी भागामध्ये प्रसिद्धी माध्यमे, दबावगट, बहुराष्ट्रीय कंपन्या, आंतरराष्ट्रीय देणगीदार प्रभाव टाकतात. शासन सोडून इतर सर्व घटकांना 'नागरी समाज' म्हणता येते. आधुनिक काळात शासनाच्या निर्णयप्रक्रियेवरती नागरी समाज सर्वांत जास्त प्रभाव टाकत आहे.

सुशासन : समाज नेहमीच सुशासनाच्या शोधात असतो व हा शोध कधीही संपू शकत नाही. राज्यसंस्था निर्माण झाल्यापासून राज्यकर्त्यांना 'सुशासन' हे बर्हिगत आव्हान ठरले आहे. राज्यसंस्थेच्या स्वरूप, रचना व आकाराबाबतचे हे आव्हान आहे. हॉब्ज, लॉक, रूसो, मार्क्स, मील, गांधी व इतर अनेक विचारवंतांनी सुशासनाबाबत कल्पना मांडल्या. राज्यसंस्थेकडे दडपणुकीची सत्ता असते तरीदेखील मानवाला सुशासनाची इच्छा, आकांक्षा असते. प्राचीन काळापासून ते आजपर्यंतचा सर्व संघर्ष हा सतत सुशासनासाठी झालेला दिसतो. आजदेखील सुशासनाचा शोध सुरूच आहे. सुशासन ही कधीही न संपणारी प्रवाही कल्पना आहे. राजकीय, आर्थिक, सामाजिक बदल, आंतरराष्ट्रीय पर्यावरण व शासनाची काम करण्याची पद्धत यामधून सुशासनाचा उदय होतो. शासनाच्या संस्थांबाबत पुन्हा विचार करावा लागतो. सुशासनाचा शोध ही सतत चालणारी क्रिया आहे. सुशासन ही मूल्ययुक्त संकल्पना आहे.

व्याख्या

१) संयुक्त राष्ट्रसंघाच्या विकास योजनेनुसार (१९९७) "शाश्वत विकासासाठीचे शासन म्हणजे 'सुशासन' होय."

२) जागतिक विकास बँक गटानुसार (१९९२) देशाच्या विकासासाठी आर्थिक व सामाजिक संसाधनांचे व्यवस्थापन करण्यासाठी सत्तेचा वापर करणे म्हणजे 'सुशासन' होय.

३) **ऑक्सफर्ड डिक्शनरी** नुसार,
शासन म्हणजे कृती किंवा शासनाचे नियमन किंवा नियंत्रणाचा मार्ग होय; तर सुशासन म्हणजे शासनाची ही व्यवस्था चांगली आहे म्हणून तिचा स्वीकार करणे होय.

४) राजकीय व नोकरशाहीची जबाबदारी, स्वातंत्र्याची उपलब्धता, कायदा, स्थायी, पारदर्शी माहितीची उपलब्धता, कार्यक्षम व परिणामकारक आणि शासन व समाज यांच्यामधील सहकार्य म्हणजे 'सुशासन' होय.

अर्थ (Meaning)

पारंपरिकरीत्या शासन म्हणजे देशाच्या विकासासाठी आर्थिक व सामाजिक संसाधनांचा वापर करण्यासाठी सत्ता वापरणे होय. राजकीय व्यवस्थेचा तो एक प्रकार आहे; तर सुशासन हे लोकशाही चौकटीतील कार्यक्षम व परिणामकारक प्रशासनाशी संबंधित असते ते हेतुत: समतुल्य असते तसेच लोकांच्या जीवनाचा दर्जा उंचाविणारे विकासलक्षी प्रशासन असते यामध्ये सर्वांत जास्त संघटनात्मक परिणामकारकक्षमता असते. सुशासन हे विशेषणरूपी अभिव्यक्ती आहे तसेच गृहीत धरलेली विशिष्ट मूल्ये सूचित करते. सुशासन याचा अर्थ मूल्ययुक्त अभिव्यक्ती आहे. सुशासनातील शासन, प्रशासन जबाबदार आहे. पारदर्शी, कार्यक्षम, परिणामकारक, सहकार्यवादी आहे.

१) सहभाग (Participation) : सुशासनाचे महत्त्वाचे वैशिष्ट्ये म्हणजे महिला व पुरुष यांचा शासनातील सहभाग होय. हा सहभाग प्रत्यक्ष असू शकतो किंवा अप्रत्यक्ष असू शकतो. (अधिमान्य संस्थामधील सहभाग, प्रतिनिधित्व) प्रातिनिधिक लोकशाहीमध्ये समाजातील सर्वांत दुर्बळ घटकांचा विचार निर्णय-निश्चिती प्रक्रियेमध्ये

सुशासनाची वैशिष्ट्ये (Features of Good Governance)

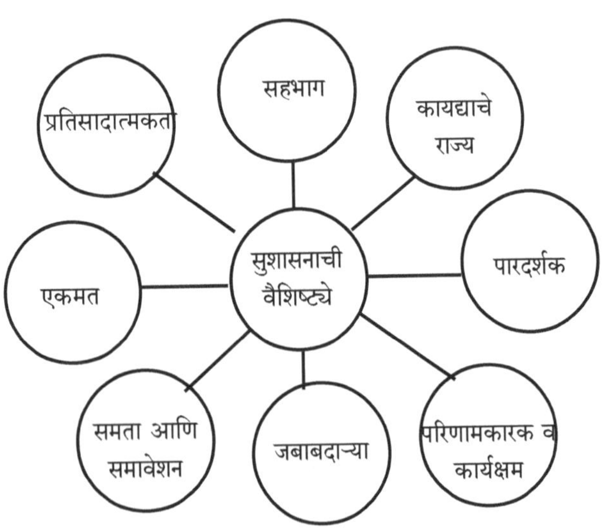

केला जातो, असे म्हणता येत नाही. सहभाग हा माहितीयुक्त व संघटित असतो. याचा अर्थ एका बाजूला संघटना स्थापन करण्याचे स्वातंत्र्य, भाषण स्वातंत्र्य तर दुसऱ्या बाजूला संघटित नागरिक समाज असतो.

२) कायद्याचे राज्य (Rule of Law) : सुशासन हे कोणाच्याही आदेशाने किंवा लहरींनुसार चालणारे शासन नसून ते कायद्यानुसार चालणारे शासन आहे. यामध्ये कायद्यांना महत्त्वपूर्ण स्थान आहे. सुशासनाला नि:पक्षपाती वैधानिक चौकटीची गरज असते. सुशासन संपूर्ण मानवी हक्कांच्या संरक्षणावर भर देते. विशेषत: हा अल्पसंख्याक समाजाच्या मानवी हक्कांच्या संरक्षणावर सुशासनाचा भर असतो. नि:पक्षपातीपणे कायद्याची अंमलबजावणी करण्यासाठी स्वतंत्र न्यायव्यवस्था व नि:पक्ष आणि प्रामाणिक पोलीस दलाची गरज असते. सुशासनाचा या व्यवस्था निर्मितीवर भर असतो.

३) पारदर्शक (Transparancy) : पारदर्शक याचा अर्थ शासनाकडून जे निर्णय घेतले जातील व त्याची अंमलबजावणी केली जाईल ती नियमानुसार असेल. नियमबाह्य अशी कोणतीही गोष्ट केली जाणार नाही, या निर्णयांचा आणि अंमलबजावणीचा ज्या घटकांवर परिणाम होणार आहे त्या घटकांना माहिती मोफत व सहजपणे उपलब्ध असेल. याचा अर्थ निर्णयाबाबतची पुरेशी माहिती दिली जाईल व ही माहिती सहजपणे समजेल अशा प्रकारे दिली जाईल त्याचबरोबर प्रसिद्धी माध्यमांद्वारेदेखील दिली जाईल.

४) परिणामकारक व कार्यक्षम (Effectiveness and Efficiency) : सुशासन हे परिणामकारक व कार्यक्षम हे त्याचे महत्त्वाचे वैशिष्ट्य ठरते. सुशासन म्हणजे शासनाची अशी प्रक्रिया व संस्थात्मक प्रक्रिया होय की, ज्यामुळे लोकांच्या गरजांनुसार जास्तीत जास्त संसाधनाचा वापर करून घेतला जाईल. सुशासनाची कार्यक्षमता याचा अर्थ नैसर्गिक संसाधनांचा शाश्वत वापर व पर्यावरणाचे संरक्षण होय.

५) प्रतिसादात्मकता (Responsiveness) : प्रतिसादात्मकता हे सुशासनाचे एक वैशिष्ट्य आहे. शासनाच्या संस्था व प्रक्रिया यांनी दिलेल्या वेळेमध्ये त्याच्या भागधारकांना सेवा दिली पाहिजे. वेळेमध्ये प्रतिसाद देण्याला सुशासन महत्त्वपूर्ण स्थान देते.

६) समता व समावेशन (Equity and Inclusiveness) : सुशासन विषमतांना नकार देऊन समता प्रस्थापित करण्याचा प्रयत्न करते; त्यासाठी समाजातील प्रत्येक घटकांचे समावेशन कशा प्रकारे होईल यावर भर दिला जातो. समाजाच्या मुख्य प्रवाहामध्ये आपण भाग घेऊ शकतो. त्यापासून आपल्याला वगळलेले किंवा बहिष्कृत केलेले नाही ही भावना प्रत्येकाला अनुभवता आली पाहिजे, यामध्येच

समाजाचे हित आहे. समाजातील सर्वच घटकांना विकासाची समान संधी उपलब्ध असली पाहिजे. परंतु त्यातही जे दुर्बळ, मागासलेले घटक आहेत, त्यांना आपल्या जीवनाचा दर्जा उंचावण्यासाठी संधी मिळाली पाहिजे. त्याचेदेखील समावेशन करण्यावर सुशासन भर देते.

७) एकमत (Consensus Oriented) : समाजामध्ये अनेक दृष्टिकोन व अनेक कर्ते घटक असतात. प्रत्येकाचे हिसंबंध वेगवेगळे व परस्परविरोधी देखील असतात. अशा वेळी सुशासन वेगवेगळ्या व परस्परविरोधी हितसंबंधांमध्ये एकमत घडवून आणण्याचा प्रयत्न करते. संपूर्ण समाजाचे हित कशात आहे? व ते कशा प्रकारे प्राप्त करता येईल यावर सुशासनाचा भर असतो. शाश्वत मानवी विकासासाठी व त्या विकासाची धयेय प्राप्त करण्यासाठी विस्तीर्ण व दूरदृष्टीची गरज असते. समाजाचे किंवा समुदायाचे ऐतिहासिक, सांस्कृतिक व सामाजिक संदर्भ विचारात घेऊनच हे शक्य होवू शकते.

८) जबाबदारी (Accountability) : सुशासनाची गरज म्हणून जबाबदारीकडे पाहिले जाते. केवळ शासकीय संस्था नाही तर खाजगी क्षेत्र व नागरी समाजाच्या संघटनादेखील लोकांना व त्यांच्या संस्थेतील भागधारकांना जबाबदार असतील, शासनाने घेतलेल्या निर्णयांमुळे व कृतींमुळे ज्या घटकांवर परिणाम होणार आहे त्या घटकांना शासनाच्या संस्था जबाबदार असतील; त्यांना आपली जबाबदारी नाकारता येणार नाही. कायद्याचे राज्य व पारदर्शकता यामधून जबाबदारी येते.

सुशासन ही कल्पना एक आदर्श कल्पना आहे. शासन हे चांगले, आदर्श शासन असले पाहिजे असे सहजपणे म्हणता येते. परंतु ते प्राप्त करणे अत्यंत अवघड आहे. जगातील फारच थोड्या देशांना सुशासन संकल्पना राबविता आली आहे. शाश्वत मानवी विकास खऱ्या अर्थाने प्रत्यक्षात आणावयाचा असेल तर प्रत्यक्ष त्या दृष्टीने कृती करणे गरजेचे आहे. अन्यथा सुशासन ही केवळ कल्पना राहील ती प्रत्यक्षात येणार नाही.

सुशासनाचे निर्देशक (Indicator of Good Governance)

एल. एन. शर्मा व सुश्मिता शर्मा यांनी सुशासनाची १०निर्देशक सांगितली आहेत. कौटिल्याचे अर्थशास्त्र या ग्रंथामध्ये सुशासनाच्या निर्देशकांबाबत लिहिले आहे. काळ बदलला तरीसुद्धा सुशासनाची हे निर्देशक बदललेले दिसत नाहीत.

याचा अर्थ कौटिल्याने त्या काळामध्ये अर्थशास्त्र या ग्रंथामध्ये जे शासनविषयक विचार मांडले ते विचार आजच्या भारतातील शासनाला सुशासन करण्यासाठी

उपयोगी असलेले दिसतात. शर्मा यांनी कौटिल्याचे अर्थशास्त्र या ग्रंथामधून जी १० तत्त्वे निवडली आहेत, ती सुशासनाची निर्देशक आहेत. ती खालीलप्रमाणे -

१) शासनाने आपल्या व्यक्तित्वाला कर्तव्यामध्ये विलीन करणे.

२) योग्यरीत्या मार्गदर्शन केलेले प्रशासन.

३) ध्येयप्राप्तीसाठी प्रयत्न करणे.

४) सार्वजनिक कर्मचाऱ्यांना ठराविक वेतन व भत्ते.

५) कायदा व सुव्यवस्था अबाधित राखणे हे शासनाचे मुख्य कर्तव्य.

६) भ्रष्टाचारी अधिकाऱ्यांच्या विरोधात प्रतिबंधात्मक दंडात्मक उपाय करणे.

७) शासनामार्फत चांगल्या मंत्र्याची नेमणूक करणे.

८) पंतप्रधान, मंत्री, प्रशासक या सर्वांसाठी नियमाची संहिता व त्यावर आधारलेले शिस्तीचे जीवन होय.

९) मंत्री, प्रशासक यांची भरती ही गुणवत्तेच्या आधारेच करणे.

१०) प्रशासकीय क्षमतांचे अनुसरण - उदा. प्रशासकीय व्यवहारांमध्ये एकसारखेपणा, सक्षम मंत्री, प्रशासक, हुशार, चांगले, नैतिक वर्तणूक व शारीरिक ताकद.

सुशासनाचे ध्येय लोकांचे कल्याण व सुख हेच आहे. लोकांची नैतिक शक्ती तसेच विवेकशील इच्छेमध्ये वाढ करणे हे सुशासनाचे साधन आहे. समाजातील अभिजन वर्गाने चैनीचे जीवन जगण्याची पद्धत सोडून देऊन साधेपणाने जीवन जगण्यास सुरुवात केली तरच नैतिक माणूस व नैतिक लोकशाही या संकल्पना प्रत्यक्षात येऊ शकतील. नैतिक माणूस व नैतिक लोकशाही अस्तित्त्वात आली तर सुशासन पुढे चालू शकेल. जास्तीत जास्त लोकांचे जास्तीत जास्तीत कल्याण हे सुशासनाचे ध्येय नाही तर अल्पसंख्याकांबाबत आदर व सहिष्णुता तसेच सामाजिक घटकांना व मूल्यांना मानणारा समाज हेच सुशासनाचे ध्येय आहे.

ब) ई-शासन (E-Governance)

माहिती-तंत्रज्ञानाच्या उदयामुळे जलद गतीने व चांगल्या दर्जाचे संसूचन साधन मिळाले आहे. कार्यक्षम साठवणूक, माहितीची प्रक्रिया भरपाई आणि माहितीचा वापर व देवाण-घेवाण त्याच्या वापरकर्त्यांना उपलब्ध होते. व्यक्ती, गट, व्यावसायिक, उद्योगपती, संस्था किंवा शासन माहितीतंत्रज्ञानाचे वापरकर्ते असू शकतात. प्रशासनातील निर्णयप्रक्रिया जलद गतीने होण्यासाठी इलेक्ट्रॉनिक शासन संकल्पना उपयुक्त ठरते. यांमुळे शब्दप्रक्रिया जलद, अचूक बनते तसेच अद्ययावत माहितीदेखील मिळते. वाढते संगणकीकरण व इंटरनेट कनेक्टिव्हिटीमध्ये वाढ यामुळे याचा वापर करणाऱ्यांची

संख्या दिवसेंदिवस प्रचंड मोठ्या प्रमाणावर वाढत आहे; तसेच माहिती-तंत्रज्ञानाचा वापर जास्तीत जास्त करण्याकडे कलही वाढत आहे. यालाच व्यावसायिक प्रक्रियेची पुर्नरचना असे म्हटले जाते. शासनाने संगणकीकरण, इंटरनेट कनेक्टिव्हीटी व वेब यांचा वापर करण्यास सुरुवात केल्याने शासन प्रक्रियेची पुर्नरचना घडून आली. माहिती-तंत्रज्ञानाच्या वापरामुळे शासन जनतेला दिलेल्या वचनांची पूर्ती जलद गतीने करू शकते. जलद गतीने माहिती उपलब्ध झाल्याने निर्णयप्रक्रिया जलद व उत्कृष्ट दर्जाची बनते. शासन अधिक जबाबदारीयुक्त कार्य करू शकते, तसेच सुशासनासाठी उपलब्ध असलेल्या संसाधनांचा अधिक चांगल्या प्रकारे वापरू करू शकते. माहिती व तंत्रज्ञानाचा वापर नागरिकांनी केल्याने शासनाच्या यंत्रणांकडून त्यांना त्वरित माहिती उपलब्ध होऊ शकते; त्यासाठी त्यांना शासकीय कार्यालयापर्यंत जावे लागत नाही; तसेच शासनाची सेवा त्वरित उपलब्ध होऊ शकते तसेच शासनाबरोबर संवाद साधताना त्यामध्ये अधिक पारदर्शकता प्राप्त होऊ शकते.

नागरिकांमध्ये त्याच्या हक्काबाबत जागरूकता निर्माण होण्याने शासनाच्या संपूर्ण कार्यप्रणालीमध्ये बदल घडून आलेला दिसतो. समकालीन शासन हे कार्य करताना अधिक पारदर्शक, आपल्या कार्याबद्दल जबाबदार व जलद गतीने प्रतिसाद देणारे असले पाहिजे, अशी लोकांची अपेक्षा झालेली आहे. या सर्व गोष्टी प्राप्त करण्यासाठी व सुशासनाकडे वाटचाल करण्यासाठी इलेक्ट्रॉनिक शासन असणे गरजेचे आहे. याचा अर्थ शासनाने सर्वच पातळ्यावर माहितीतंत्रज्ञानाच्या साधनांचा वापर केला पाहिजे. उद्दिष्टांच्या पूर्तीसाठी जलद गतीने व सर्वच स्तरांपर्यंत विकास पोहचविण्यासाठी शासनाने तंत्रज्ञानाचा जास्तीत जास्त वापर केला पाहिजे, याची जाणीव निर्माण झालेली दिसते. शासनाच्या चौथ्या आयोगाचा अहवाल प्रकाशित झाला, ज्याचे नाव होते 'शासनातील नीतितत्त्वे.' त्यामध्ये असे म्हटले आहे की, आधुनिक तंत्रज्ञानाची साधने म्हणजे माहिती व संसूचनांची साधने (ICT) यांचा वापर शासन व त्यांचे संबंधित घटक, नागरिक आणि व्यावसायिक यांच्यामध्ये झाला पाहिजे. शासनाच्या यंत्रणेमध्ये आय.सी.टी.चा वापर करताना ई-शासन ही पुढील पायरी असणार आहे. ई-शासनामध्ये आय.सी.टी.चा वापर केल्याने शासनाच्या निर्णय प्रक्रियेमध्ये नागरिकांचा, संस्थाचा, नागरी समाजाचा, खाजगी क्षेत्रांचा व्यापक, विस्तीर्ण, खोलवर सहभाग व सामिलीकरण होणार आहे. ई-शासन किंवा इलेक्ट्रॉनिक शासन म्हणजे माहिती व तंत्रज्ञानाचा वापर शासनाच्या कार्यप्रणालीमध्ये करणे; यामुळे शासन सोपे, नैतिक, जबाबदार, प्रतिसाद व पारदर्शी बनणार आहे. (SMART - Simple, Moral, Accountable, Responsive, Transparent)

ई-शासन संकल्पना स्वीकारण्याची कारणे

१) नागरिक, व्यावसायिक व शासनाचे विविध विभाग यांच्यामध्ये माहितीची देवाण-घेवाण करण्यासाठी आय.सी.टी.चा वापर करण्यात येतो.

२) सार्वजनिक सेवा अधिक जलद गतीने व परिणामकारकरीत्या पोहचविण्यासाठी याचा वापर होतो.

३) अंतर्गत क्षमतांमध्ये वाढ करण्यासाठी वापर करण्यात येतो.

४) किंमत कमी करणे व रेव्हेन्यूमध्ये वाढ करण्यासाठी याचा वापर केला जातो.

५) प्रशासकीय प्रक्रियेची पुर्नरचना करण्यासाठी याचा वापर केला जातो.

६) सेवांचा दर्जा वाढविण्यासाठी याचा वापर केला जातो.

वरील सर्व कारणांसाठी किंवा कोणत्याही एका कारणासाठी शासन माहिती-तंत्रज्ञानाचा वापर करीत असते. यातून शासनाचे रूपांतर ई-शासनामध्ये होते.

व्याख्या

ई-शासनाची निश्चित अशी कोणतीही व्याख्या नाही. वेगवेगळे शासन व संस्था यांनी त्यांच्या उद्दिष्ट व हेतूनुसार ई-शासनाच्या व्याख्या केल्या आहेत. ई-शासनाऐवजी ई-सरकार अशीदेखील संकल्पना वापरली जाते.

१) जागतिक बँकेच्या मतानुसार, ई-शासन म्हणजे माहिती-तंत्रज्ञानाचा शासनाच्या यंत्रणांकडून होणारा वापर होय. या वापरामुळे नागरिक, व्यावसायिक व शासनाची इतर अंगे व शासन यांच्यातील संबंध पारदर्शी होण्याची क्षमता निर्माण होते. या तंत्रज्ञानाच्या आधारे विविध सेवा देता येतात. नागरिकांना शासनाच्या सेवा-सुविधा चांगल्या प्रकारे पुरविता येतात. व्यापार व उद्योगाबरोबर चांगल्या प्रकारचा संवाद घडवून आणता येतो आणि शासनाच्या व्यवस्थापनाला अधिक कार्यक्षम करता येते. कमी भ्रष्टाचार, पारदर्शकतेमध्ये वाढ, उत्कृष्ट सुविधा, रेव्हेन्यूमध्ये वाढ व किंमत कमी हे फायदे ई-शासनामुळे होतात.

थोडक्यात, नागरिक व शासन यांच्यामध्ये सुसंवाद रेव्हेन्यूत वाढ, किंमत कमी व पारदर्शकता या गोष्टी माहिती-तंत्रज्ञानाचा वापर केल्याने साध्य होतात.

२) युनोस्कोच्या मते, शासन म्हणजे देशाच्या घडामोडीच्या व्यवस्थापनात राजकीय, आर्थिक, प्रशासकीय अधिसत्तेचा वापर होय. यामध्ये नागरिक त्यांच्या हितसंबंधांचा समावेश करतात तसेच कायदेशीर अधिकार व आबंधनाचा वापर करतात. तर ई-शासन म्हणजे इलेक्ट्रॉनिक माध्यमे वापरून शासनाने केलेली कामगिरी होय.

३) द कौन्सिल ऑफ युरोप यांच्या मते, ई-शासन म्हणजे तीन सार्वजनिक कृतींमध्ये इलेक्ट्रॉनिक तंत्रज्ञानाचा केलेला वापर होय. सार्वजनिक अधिसत्ता व नागरी समाज यांच्यामध्ये संबंध प्रस्थापित करणे, इलेक्ट्रॉनिक लोकशाही, इलेक्ट्रॉनिक सार्वजनिक सेवा या तीन सार्वजनिक कृतींमध्ये ई-शासन इलेक्ट्रॉनिक तंत्रज्ञानाचा वापर करते.

थोडक्यात, शासन व नागरिक यांच्यामध्ये चांगल्या प्रकारचा संवाद वाढविण्यासाठी, लोकशाहीचा विस्तार करण्यासाठी व सार्वजनिक सेवा उपलब्ध करून देण्यासाठी इलेक्ट्रॉनिक तंत्रज्ञानाचा वापर करणे. ए.पी.जे. अब्दुल कलाम यांच्या मते, पारदर्शी, स्मार्ट ई-शासन की जे सहजपणे उपलब्ध असते, सुरक्षित तसेच आंतरविभागणी अडथळा दूर करून अचूक माहितीचा प्रवाह सुरू असणे आणि नागरिकांना योग्य व निष्पक्ष सेवा मिळणे होय.

वरील व्याख्यांवरून असे म्हणता येते की, ई-शासन म्हणजे माहिती व संसूचन तंत्रज्ञानाचा शासनाच्या सर्वच स्तरांवर वापर करणे होय. नागरिकांना सेवा-सुविधा उपलब्ध करून देण्यासाठी, व्यावसायिक, भांडवलदार यांच्याशी संवाद साधण्यासाठी आणि शासनाच्या विविध अंगांमध्ये माहितीची देवाण-घेवाण करण्यासाठी व पारदर्शकता, जलदपणा, योग्यता यासाठी या इलेक्ट्रॉनिक तंत्रज्ञानाचा वापर केला जातो.

ई-शासनाच्या अवस्था (Stages of E-Governance)

↓

संगणकीकरण, (Computerisation)

↓

नेटवर्किंग, (Networking)

↓

ऑनलाईन उपस्थिती (On-line Presence)

↓

ऑन-लाईन परस्परता (On-line Interactivity)

ई-शासन हे संगणकीय तंत्रज्ञानाचा विकास, संगणकाचे नेटवर्किंग व संसूचन व्यवस्था यांच्याशी संबंधित असते. विकसित देशांच्या तुलनेत विकसनशील देशांमध्ये हे तंत्रज्ञान व व्यवस्था मनाप्रमाणे किंवा लहरींनुसार उपलब्ध असतात. भारतामध्ये १९९० नंतर जागतिकीकरणाचा स्वीकार केल्यानंतर इलेक्ट्रॉनिक संगणकीय तंत्रज्ञानाचा

वापर ई-शासनामध्ये मोठ्या प्रमाणावर वाढला.

भारतामध्ये ई-शासनाचा विकास खालील अवस्थांमध्ये झालेला दिसतो-

१) संगणकीकरण : ई-शासनाच्या प्राथमिक अवस्थेमध्ये संगणकाची उपलब्धता असते. प्रत्येक व्यक्तीला संगणक उपलब्ध करून दिला जातो. त्यानंतर शासनाच्या कार्यालयामध्ये संगणकाची सुविधा पुरविली जाते. सुरुवातीला संगणकाचा वापर मर्यादित कारणांसाठी केला जात होता म्हणजे केवळ शब्दांवर प्रक्रिया करण्यासाठी त्याचा वापर केला जात होता. त्यानंतर मात्र माहितीवर प्रक्रिया करण्यासाठी मोठ्या प्रमाणावर संगणकाचा वापर केला जातो.

२) नेटवर्किंग : या टप्प्यांमध्ये शासनाचे काही विभाग, काही सरकारी संस्था यांच्यामध्ये माहितीची देवाण-घेवाण करण्यासाठी केंद्र स्थापन केले जाते व त्याच्याशी या सर्वांना जोडले जाते. यामुळे शासनाच्या विविध संस्थांमध्ये माहितीचा प्रवाह सुरू राहतो.

३) ऑन-लाईन उपस्थिती : इंटरनेट उपलब्धीमध्ये वाढ झाल्यने वेबवर उपस्थित राहण्याची गरज वाढत चालली आहे. याचा परिणाम म्हणून दिवसेंदिवस वेबसाईटची संख्या वाढत चालली आहे. त्यामुळे शासनालादेखील वेबसाईटची निर्मिती, तिची देखभाल करावी लागत आहे. शासनाचा प्रत्येक विभाग, संस्था यांना ऑन-लाईन उपस्थिती गरजेची बनली आहे. त्यांना स्वत:च्या वेबपेजवर किंवा वेबसाईटवर संघटनेची रचना, संपर्काची माहिती, अहवाल, प्रकाशने, उद्दिष्टे, व्हिजन स्टेटमेंट या सर्व गोष्टींची माहिती द्यावी लागते.

४) ऑन-लाईन परस्परता : ऑन-लाईन उपस्थितीमुळे नैसर्गिकरीत्या शासनाच्या विविध संस्था, विभाग व नागरिक, नागरी समाजाच्या संस्था यांच्यामधील संवादाचे माध्यम खुले होते. या टप्प्याचा महत्त्वाचा हेतू म्हणजे शासकीय संस्थांमधील व्यक्तिगत हस्तक्षेप दूर करणे होय. अर्ज, कायदे, सूचना, नियम यांसारखी सर्व माहिती वेबसाईटवर उलब्ध करून दिल्याने प्रशासनातील व्यक्तिगत हस्तक्षेप कमी होतो. सरकार व नागरिक यांच्यातील व्यवहार हे मोठ्या प्रमाणावर ई-शासनावरच होतात. यामुळे नागरिकांना जलद माहिती, सेवा मिळण्याबरोबरच नागरिकांच्या समस्या सोडविण्यामध्ये प्रभावी मदत होते.

ई–शासनातील संवादाचे प्रकार

(Types of Interactions in E-Governance)

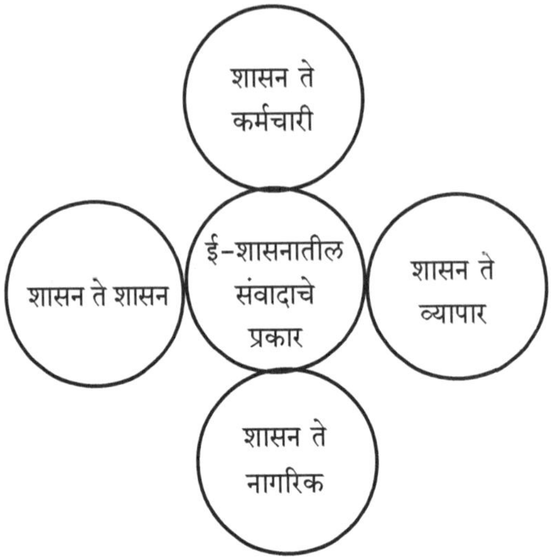

१) शासन ते शासन (Government to Government - G2G) : शासनाच्या कार्यामध्ये सामील असलेल्या संस्थांमध्ये माहिती व संसूचन तंत्रज्ञानाचा वापर करून शासकीय प्रक्रियेची पुर्नरचना करण्याबरोबरच शासनाच्या विविध संस्था व विभागांमध्ये माहितीचा प्रवाह वाढवणे, ही प्रक्रिया केवळ शासकीय पातळीपर्यंतच मर्यादित असते. ज्या–ज्या पातळीवर शासकीय संस्था कार्य करतात त्या सर्वांमध्ये माहिती–तंत्रज्ञानाचा वापर करून समन्वय साधला जातो. राष्ट्रपातळीपासून ते स्थानिक पातळीपर्यंतच्या शासनाच्या सर्व संस्थांमध्ये व संस्थांतर्गतदेखील याचा वापर केला जातो. कार्यक्षमता, कामगिरी व निष्पती यांमध्ये वाढ किंवा सुधारणा करणे हा यामधील प्राथमिक हेतू आहे.

२) शासन ते नागरिक (Government to Citizens - G2C) : यामध्ये शासन व नागरिक यांच्यामध्ये संवाद वाढविण्यावर भर दिला जातो. सार्वजनिक सेवा–सुविधांचा जास्तीत जास्तीत जास्त लाभ नागरिकांना घेता यावा यासाठी याची निर्मिती केली जाते. सार्वजनिक सेवांच्या उपलब्धतेचा विस्तार एका बाजूने केला जातो तर दुसऱ्या बाजूने सेवांचा दर्जा उत्कृष्ट केला जातो. शासनाबरोबर केव्हा संवाद करावयाचा हे निवडीचे स्वातंत्र्य नागरिकांना उपलब्ध करून दिले जाते (उदा. २४ तास, आठवड्यातील ५ दिवस). तसेच शासनाबरोबर कोठे संवाद करावयाचा हेही स्वातंत्र्य उपलब्ध करून

दिले जाते. (सेवा केंद्र) तसेच कशा प्रकारे शासनाशी संवाद करावयाचा उदा. इंटरनेट, फॅक्स, फोन, ई-मेल, समोरा-समोर हेही स्वातंत्र्य उपलब्ध असते. शासन व नागरिक यांच्यातील संबंध मैत्रीपूर्ण बनविणे हा याचा प्राथमिक हेतू असतो.

३) शासन ते व्यवसाय (Government to Business - G2B) : ई-शासन हे साधन व्यावसायिक समुदायाला मदत करण्यासाठी वापरले जाते. सेवा-सुविधा उपलब्ध करून देण्याबरोबरच अखंडपणे संवाद साधण्याकरिता हे साधन वापरले जाते. शासनाबरोबर संवाद साधताना लालफितीचा कारभार संपविणे, वेळेची बचत, पारदर्शी व्यावसायिक वातावरण, प्रक्रियात्मक, किंमत कमी करणे ही याची उद्दिष्टे आहेत. शासन व व्यवसाय यांच्यातील संवादाचा मुख्य हेतू म्हणजे लायसन, परवाना, रेव्हेन्यू यामध्ये पारदर्शकता आणणे. व्यापार, गुंतवणूक व पर्यटन यांची जाहिरात केली जाते. उद्योगांना अधिक कार्यक्षमपणे कार्य करण्यासाठी हे उपाय मदतीचे ठरतात.

४) शासन ते कर्मचारी (Government to Employees - G2E) : कोणत्याही संघटनेपेक्षा शासनाकडे सर्वात जास्त कर्मचारी असतात. शासनाने या कर्मचाऱ्यांशी सतत संवाद साधणे गरजेचे असते. संघटना व कर्मचारी यांच्यातील संवादाची प्रक्रिया दुहेरी स्वरूपाची असते. माहिती, तंत्रज्ञानाचा वापर केल्याने हा संवाद जलदगतीने व कार्यक्षमपणे घडतो तसेच कर्मचाऱ्यांची समाधानाची पातळीदेखील वाढवितो.

ई-शासनाचे फायदे (Benefits of E-Governance)

१) माहितीची सहजपणे उपलब्धता व नागरिकांना दर्जेदार सेवेची उपलब्धता : शासनाच्या विविध बाजूंबद्दलची खात्रीशीर, माहिती नेहमीच उपलब्ध मिळते, अर्ज, कायदे, नियम, प्रक्रिया यामाहितीबरोबरच अहवालाची सखोल माहिती, सार्वजनिक वाद-विवाद, निर्णय-निश्चिती प्रक्रिया या स्वरूपांमध्ये शासनाची माहिती सहजपणे उपलब्ध असते. यामुळे वेळ, पैसा, प्रयत्न याची बचत होते. जन्मापासून ते मृत्यूपर्यंतच्या सर्व सेवा-सुविधा नागरिकांना ई-शासनाच्या माध्यमातून उपलब्ध होतात.

२) शासकीय पातळीवर साधेपणा, कार्यक्षमता, जबाबदारी : ई-शासनाच्यामुळे शासकीय पातळीवरील जटिलता, ताठरता, संदिग्धता दूर जाऊन सहजपणा, साधेपणा प्राप्त होतो. ई-शासनाद्वारे जटिल प्रक्रियेचे सुलभीकरण केले जाते. नियम, कायदे यामध्ये लवचिकता आणली जाते; यामुळे शासनाच्या प्रक्रियेमध्ये सहजपणा येतो. शासनाच्या पातळीवर निर्णय प्रक्रियेची क्षमता व कार्यक्षमतेमध्ये वाढ होते. शासकीय यंत्रणा जास्तीत जास्त जबाबदार बनण्याचे पर्यावरण यामधून तयार

होते. शासनाच्या सर्वच क्षेत्रांमध्ये उत्पादकता व कार्यक्षमता वाढते.

३) शासनाचा विस्तार : शासनाने माहिती-तंत्रज्ञानाचा जास्तीत जास्त वापर केल्याने शासकीय यंत्रणा प्रत्येक नागरिकाच्या दारापर्यंत पोहचविता येते. टेलिफोनचा, मोबाईलचा विस्तार, इंटरनेटचा प्रसार, संसूचनांच्या पायाभूत सुविधांचे बळकटीकरण यांसारख्या अनेक सेवा शासनामार्फत पुरविल्याने शासन नागरिकांपर्यंत पोहचण्याच्या प्रक्रियेचा विस्तार होतो. शासनाचा विस्तार झाल्यामुळे शासनाच्या प्रक्रियेमध्ये नागरिकांचा सहभाग मोठ्या प्रमाणावर घडून येतो.

ई-शासनामुळे शासकीय प्रक्रियेतील ताठरता दूर होऊन शासन पारदर्शी, कार्यक्षमपणे जनतेसाठी कार्ये करते. शासन कोणत्या दिशेने कार्य करीत आहे, याची माहिती जनतेला मिळते. जनता जागरूकपणे शासनाच्या प्रक्रियेमध्ये सहभागी होते. ई-शासनामुळे सार्वजनिक हिताची प्राप्ती सहजपणे होऊ शकते. यामुळे आधुनिक शासन हे ई-शासन बनण्याचा प्रयत्न करताना दिसत आहे. विकसित, विकसनशील व अविकसित राष्ट्रेदेखील ई-शासन स्वीकारत आहेत. जे शासन इलेक्ट्रॉनिक माध्यमांचा, आय.सी.टी.चा वापर जास्तीत जास्त करते ते शासन अधिक कार्यक्षम व जबाबदार असलेले दिसते. ई-शासन ही आधुनिक काळाची एक गरज बनली आहे. या दृष्टीने ई-शासनाचे महत्त्व अनन्यसाधारण आहे.

क) सार्वजनिक-खाजगी भागीदारी (Public-Private Partnership)

सार्वजनिक सुविधा व पायाभूत सेवा-सुविधा पुरवण्यासंबंधी खाजगी क्षेत्र व सरकार यांच्यामध्ये झालेला करार म्हणजे सार्वजनिक-खाजगी भागीदारी होय. खाजगी क्षेत्रातील व्यवस्थापकीय कौशल्यांचा वापर करून सरकार सामाजिक अग्रक्रम ठरविते. सरकार आणि एक किंवा अनेक खाजगी व्यक्ती किंवा क्षेत्र यांच्यामधील भागीदारीतून सरकारी सेवा किंवा खाजगी व्यवसायाचा उदय होतो. सार्वजनिक क्षेत्रातील अधिसत्ता व खाजगी पक्ष यांच्यातील करार म्हणजे सार्वजनिक-खाजगी भागीदारी होय. खाजगी पक्ष सार्वजनिक सेवा पुरवितो. आर्थिक, तांत्रिक व प्रत्यक्ष कामामधील धोका खाजगी क्षेत्र उचलते. काही प्रकारच्या सार्वजनिक-खाजगी भागीदारीमध्ये सेवांसाठी वापरली जाणारी किंमत फार मोठी असते. अशा वेळी त्यांचा सरकारला कर भरावा लागत नाही. खाजगी क्षेत्राने भांडवल गुंतवणूक ही काही बाबी विचारात घेऊन केलेली असते. खाजगी क्षेत्र गुंतवणूक करताना सरकारशी करार करते. सेवा उपलब्ध करून देण्यासाठी जो खर्च येईल किंवा किंमत होईल, ती संपूर्ण किंवा काही प्रमाणात सरकारने करावी असा करार यामध्ये झालेला असतो.

सरकारदेखील या भागीदारीला वेगवेगळ्या पद्धतीने मदत करत असते. या प्रकल्पाचा उद्देश सार्वजनिक वस्तू किंवा सेवा पुरविणे, हा असतो. उदा. पायाभूत सेवा-सुविधांचे क्षेत्र यामध्ये सरकार काही वेळेला अनुदान उपलब्ध करून देते. यामुळे खाजगी गुंतवणुकदारांना त्यामधून सार्वजनिक क्षेत्रांमध्ये गुंतवणूक करण्याबाबत आकर्षण निर्माण होते. काही वेळेस सरकार रेव्हेन्यूच्या स्वरूपात प्रकल्पांना पाठिंबा देते, तर काही वेळेला करामध्ये सूट देते. काही वेळेला काही निश्चित कालावधीसाठी रेव्हेन्यूसाठी अनुदान पुरविते. विशिष्ट उद्दिष्टांचा वाहक म्हणून खाजगी क्षेत्राकडे पाहिले जाते. कराराच्या कालावधीमध्ये विकास करणे, बांधणे, देखभाल करणे व चालविणे - ही कामे खाजगी क्षेत्राला करावी लागतात. ज्या प्रकल्पांमध्ये सरकारने गुंतवणूक केलेली असते, त्यामध्ये खाजगी क्षेत्राचादेखील वाटा असतो. बांधकाम व्यावसायिक, देखभाल करणारी कंपनी व बँक यांच्याशी सरकार करार करते. खाजगी क्षेत्र सरकारबरोबरच्या करारावर स्वाक्षरी करते, तर उपव्यावसायिक सेवा-सुविधा क्षेत्रांमध्ये गुंतवणूक करताना जो करार केला जातो, त्यातून पैसा मिळेल अशी शाश्वती असेल तर सार्वजनिक-खाजगी भागीदारीमध्ये मुख्य उमेदवार हाच प्रकल्पाला आर्थिक साहाय्य करतो. खाजगी व्यावसायिकाने दवाखाना बांधण्यासाठी आर्थिक साहाय्य करणे आणि नंतर तो दवाखाना अधिसत्तेला सुपूर्द करणे. खाजगी गुंतवणुकदार जमीनदार असल्याप्रमाणे कृती करतो. तसेच वैद्यकीय सोडून सर्व प्रकारच्या सेवा-सुविधा पुरवितो आणि हॉस्पिटल केवळ वैद्यकीय सेवा पुरविते. शासनाच्या नियंत्रणाखालील आर्थिक, व्यापारी किंवा औद्योगिक व्यवहारांना 'सार्वजनिक उद्योग' म्हणतात. त्यांच्यावर पूर्णपणे शासनाची मालकी असते (Public Undertaking) यामध्ये बदल घडून आला आहे.

शासन आणि खाजगी उद्योग यांच्या संयुक्त मालकीचे आर्थिक, व्यापारी किंवा औद्योगिक क्षेत्र होत आहे. सार्वजनिक हितासाठी शासनाने अर्थव्यवहारात हस्तक्षेप करावा हे तत्त्व रूढ झाल्यामुळे जनतेला काही सोई-सेवा उपलब्ध करून देण्यासाठी सार्वजनिक-खाजगी भागीदारीची संकल्पना पुढे आणली आहे. व्यापक जनहितासाठी शासन असे सार्वजनिक-खाजगी भागीदारीचे क्षेत्र पुढे आणते, असा दावा केला जातो. सरकार त्यावर नियंत्रण ठेवत असले तरी त्यांचे व्यवस्थापन यांना नफ्याच्या चौकटीत पाहिले जाते. त्यामुळे सार्वजनिक हिताची संकल्पना सार्वजनिक-खाजगी भागीदारीत सीमावर्ती भागात जाते. खाजगी क्षेत्राचा फायदा किंवा कल्याण ही संकल्पना मध्यवर्ती येते. शिक्षण, धरणे, पाणी, वीज, आरोग्य, रस्ते, विमान,

बंदरे, उड्डाणपूल, जहाजे, मॉल या क्षेत्रांत सार्वजनिक-खाजगी भागीदारीचे क्षेत्र भारतात वाढले आहे. या क्षेत्रातील वाढ हा व्यापक सार्वजनिक हिताला आव्हान देण्याचा मुद्दा ठरतो. भारतात सार्वजनिक क्षेत्र १९४८ पासून ते १९९० पर्यंत सरकारच्या नियंत्रणाखाली होते. सार्वजनिक क्षेत्राची व्याप्ती व स्वरूप १९४८ ते १९९० पर्यंतच्या सार्वजनिक धोरणात स्पष्ट केले गेले. सार्वजनिक क्षेत्रात सार्वजनिक-खाजगी भागीदारीचा प्रयोग राबविण्यास १९९१ नंतर मात्र सुरुवात झाली. सार्वजनिक उद्योग समिती व सार्वजनिक लेखा समिती यांच्यामार्फत संसदेचे नियंत्रण सार्वजनिक उद्योगांवर होते; हे नियंत्रण सैल झाले. त्यांनी सार्वजनिक-खाजगी भागीदाराचे क्षेत्र वाढविले. हा मुद्दा खाजगीकरणाशी संबंधित आहे; म्हणजेच नवउदारमतवादी विचार व्यूहातील आहे.

सारांश

शासन खाजगी क्षेत्राच्या मदतीने नागरिकांना सेवा-सुविधा पुरविते. सार्वजनिक व खाजगी क्षेत्राच्या भागीदारीतून प्राथमिक सोयी-सुविधा उदा. रस्ते पुरविल्या जातात. 'बांधा, वापरा व हस्तांतरित करा' हे तत्त्व या मध्ये वापरले जाते. भारतात जागतिकीकरणानंतर सार्वजनिक-खाजगी भागीदारीचे क्षेत्र बनले आहे. आज शासन याच तत्त्वाच्या आधारे विकास करित आहे. अशाप्रकारे सार्वजनकि - खाजगी भागीदारी ही संकल्पना स्पष्ट करता येते.

सराव प्रश्न :

१) सुशासनाची संकल्पना स्पष्ट करा.
२) सुशासन संकल्पनेची व्याख्या, अर्थ व वैशिष्ट्ये सांगा.
३) सुशासनाचे निर्देशक सांगा.
४) ई-शासनाची व्याख्या सांगून, ई-शासन स्वीकारण्याची कारणे सांगा.
५) ई-शासनाच्या अवस्था लिहा.
६) ई-शासनाचे फायदे किंवा गुण सांगा.
७) सार्वजनिक - खाजगी भागीदारी ही संकल्पना स्पष्ट करा.
८) शासन व्यवहाराचा उदय सांगून व्याख्या व वैशिष्ट्ये लिहा.
९) शासन व्यवहाराचे प्रकार लिहा.

सेमिस्टर ६

प्रकरण १

नोकरशाही

Bureaucracy

अ) अर्थ आणि व्याख्या (Meaning and Definitions)
ब) प्रशासकीय सुधारणा (Administrative Reforms)

प्रस्तावना (Introduction)

नेहमीच्या वापरात सरकारी अधिकारी, प्रशासन यांचा नोकरशाही असा उल्लेख केला जातो तर कित्येकदा विशिष्ट, वेळकाढू, नियमांनी बद्ध अशा गुंतागुंतीच्या कृतींचा किंवा प्रवृत्तींचा नोकरशाही म्हणून टीकात्मक उल्लेख होतो. प्रत्यक्षात नोकरशाही याचा अर्थ तज्ज्ञ, कायम स्वरूपाच्या प्रशासकीय अधिकाऱ्यांचे राज्य होय. वेबरचा नोकरशाहीवरील अभ्यास आणि त्याचे निष्कर्ष महत्त्वाचे मानले जातात. औद्योगिक समाजामध्ये उद्दिष्टपूर्तींचा बुद्धिसंमत असा मार्ग म्हणून नोकरशाहीचा निर्देश वेबरने केला आहे. निश्चित कालावधीसाठी नेमणूक, गुणवत्तेच्या निकषांवर नियुक्ती आणि बढती, विशिष्ट पदाचे, विशिष्ट कार्यक्षेत्र इ. प्रशासनाचे गुणधर्म नोकरशाहीत असतात; पण प्रशासन राजकीय पदाधिकाऱ्यांना दुय्यम असावे ही कल्पना तर नोकरशाहीत प्रशासनाने राजकीय निर्णय घ्यावेत, ते अनुभव, तज्ज्ञता ह्या गुणांमुळे घ्यावेत आणि त्यातून कार्यक्षमता निर्माण व्हावी ही अपेक्षा असते; म्हणूनच प्रशासन राजकीय प्रभाव गाजवू लागले की त्यावर नोकरशाही असल्याचा आरोप केला जातो (राज्यशास्त्र कोश : १९८७, १४२).

अ) अर्थ आणि व्याख्या (Meaning and Definitions)

१) नोकरशाही ही शासनाची अशी व्यवस्था आहे की ज्यामध्ये महत्त्वाचे निर्णय हे राजकीय लोकप्रतिनिधीपेक्षा प्रशासकीय अधिकारी घेतात; याचा अर्थ

प्रशासकीय अधिकाऱ्यांना निर्णय घेण्याची सत्ता नोकरशाही संकल्पनेत प्राप्त झालेली असते.

२) नोकरशाही ही पूर्णपणे प्रशासकीय प्रक्रिया आहे.

३) अधिकारी वर्गामार्फत चालविले जाणारे शासन हाही नोकरशाहीचा एक अर्थ आहे.

४) नोकरशाही म्हणजे प्रशासकीय धोरण-निश्चिती करणारा गट होय.

५) नोकरशाही म्हणजे प्रशासनाची अशी व्यवस्था की ज्यामध्ये अधिकाराबाबतची उतरंड किंवा पदसोपान असतो. परिदृढ स्वरूपाची कामगार विभागणी, लिखित व सहजासहजी बदलता न येणारे नियम, कार्यपद्धती, वस्तुनिष्ठ संबंध, नोकरशाही एकदा स्थापित झाली की ती सहजासहजी बदलता येत नाही.

६) निवडून न आलेल्या शासकीय अधिकाऱ्यांची संस्था किंवा रचना म्हणजे नोकरशाही होय.

७) कार्याचे विशेषीकरण नोकरशाहीमध्ये असते.

८) नोकरशाहीमध्ये दप्तरदिरंगाई व लालफितीचा कारभार असतो.

९) शासनाने आखलेल्या धोरणांची अंमलबजावणी करणारी यंत्रणा म्हणजे नोकरशाही होय.

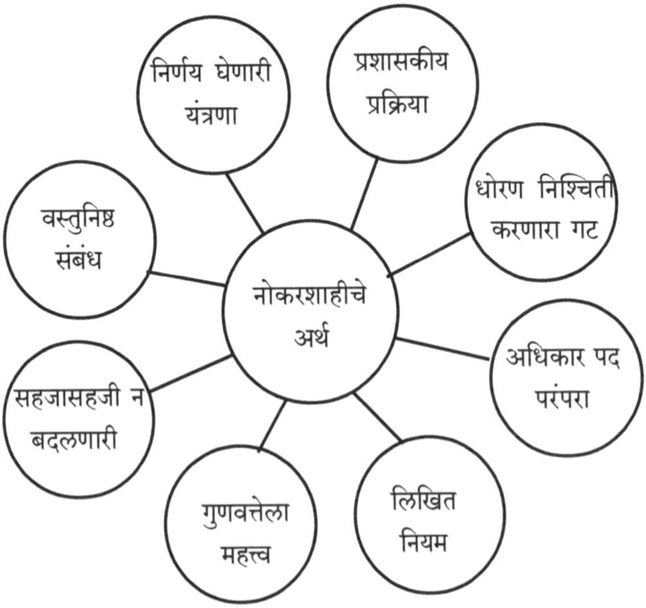

१) **मॅक्स वेबर यांच्या मते,** "निवडून न आलेल्या शासकीय अधिकाऱ्यांची रचना किंवा धोरण निश्चिती करणारा प्रशासकीय गट व कार्याचे विशेषीकरण, निश्चित नियम, अधिकारांबाबतचा पदसोपान, दप्तरदिरंगाई, लालफितीचा कारभार म्हणजे नोकरशाही होय.

२) औद्योगिक समाजामध्ये उद्दिष्टपूर्तींचा बुद्धिसंमत मार्ग म्हणजे नोकरशाही होय.

मॅक्स बेबरची नोकरशाहीची संकल्पना

प्रस्तावना

मॅक्स वेबर या विचारवंताने नोकरशाहीची संकल्पना अधिक विस्तृतपणे स्पष्ट केली आहे. मॅक्स बेबरच्या मते, प्रत्येक राष्ट्रांमध्ये अंमलबजावणी कार्य प्रशासकीय विभागाकडून पार पाडलं जाते. प्रत्येक राष्ट्रात नोकरशाही असते व ती कायद्यानुसार कार्य करित असते. नोकरशाहीशिवाय आधुनिक राज्यसंस्था आपले प्रशासकीय कार्य करु शकत नाही.

व्याख्या

मॅक्स वेबर यांच्या मते, "नोकरशाही म्हणजे अशी शिस्तबद्ध संघटना आहे की जिचा उद्देश प्रशासकीय कार्य चालविणाऱ्या अनेक व्यक्तीमध्ये समन्वय प्रस्थापित करणे हा असतो."

वैशिष्ट्ये

मॅक्स वेबर या विचारवंताने नोकरशाहीची वैशिष्ट्ये सांगितली आहेत. नोकरशाहीमध्ये अधिकार पदपरंपरा असते. याचा अर्थ वरपासून ते खालीपर्यंत अधिकार कमी-कमी होत जातात व खालपासून वरपर्यंत अधिकार वाढत जातात. शासनाचा कारभार नियमानुसार चालविणाऱ्या नोकरशाहीची वैशिष्ट्ये खालीलप्रमाणे-

१) नियमानुसार काम : नोकरशाही नियमानसार कार्य करते हे तिचे महत्त्वाचे वैशिष्ट्य आहे. नियमबाह्य कोणतेही कार्य नोकरशाही करित नाही.

२) सातत्य : नोकरशाही कायम स्वरूपी असते. त्यामुळे तिच्या कामामध्ये खंड पडत नाही. तिच्या कामात सातत्य असते.

३) निश्चित अधिकार व कार्य : नोकरशाहीमध्ये प्रत्येक पदाधिकाऱ्यास निश्चित अधिकार दिलेले असतात. तसेच त्या पदाचे कार्यदेखील निश्चित करण्यात आलेली असतात. प्रत्येकाला अधिकार दिलेले असल्याने त्या चौकटीमध्ये राहून आपले कार्य पार पाडता येते. वरिष्ठ प्रशासकीय अधिकाऱ्यांना आपल्या आज्ञांचे

पालन करुन घेण्यासाठी अधिकार दिलेला असतो. परंतु हा अधिकार मर्यादत असतो.

४) देखरेख व न्याय मागण्याचा अधिकार : वरिष्ठ अधिकाऱ्यांना कनिष्ठ कर्मचाऱ्यांच्या कामकाजावरती देखरेख ठेवण्याचा हक्क असतो. त्याचप्रमाणे कनिष्ठ कर्मचाऱ्यांना त्याच्यावरील कारवाईविरुद्ध न्याय मागण्याचा अधिकार असतो.

५) गुणवत्तेवर आधारित भरती : प्रशासकीय पदांची भरती करताना केवळ गुणवत्ता हा निकष लावला जातो. प्रशासकीय पदे ही व्यक्तीची खाजगी मालकी असत नाही अशी पदे व्यक्तीला विकत घेता येत नाहीत किंवा वंशपरंपरागतदेखील मिळत नाहीत.

६) कागदपत्रांना महत्व : नोकरशाहीचा संपूर्ण कारभार हा पूर्णपणे लिखित स्वरूपाच्या कागदपत्रावर चालतो. नोकरशाहीमध्ये कागदपत्रांना अतिशय महत्त्व दिलेले असते.

सारांश :

मॅक्स वेबरने नोकरशाहीची जी वैशिष्ट्ये सांगितली ती आज सर्वत्र दिसतात. या अर्थाने ती सार्वत्रिक आहेत. मॅक्स वेबर म्हणतो, नोकर-शाहीच्या या वैशिष्ट्यांमुळेच कायद्याचे राज्य निर्माण होते. व्यक्तीच्या पात्रता व गुणवत्तेनुसार नोकरशाहीमध्ये तिची पदावर नेमणूक होते. यामध्ये कोणीही गुलाम असत नाही. नोकरीची शाश्वती, निश्चित वेतन, सातत्य, अचूकता, देखरेख, नियंत्रण, अधिकारांचे विकेंद्रीकरण यामुळे नोकरशाही हा एक आदर्श शासनप्रकार आहे असे मॅक्स वेबर म्हणतो. असे असले तरीसुद्धा नियमांना अनुसरुनच काम करणे, अकार्यक्षमता, ठराविक पद्धत, भ्रष्टाचार, लालफित, दम्तरदिरंगाई, वरिष्ठांचा कनिष्ठांकडे पाहण्याचा चुकीचा दृष्टीकोन असे अनेक दोष नोकरशाहीमध्ये निर्माण झालेले दिसतात. थोडक्यात मॅक्स वेबरने नोकरशाही ही संकल्पना मांडून लोकप्रशासनाला महत्त्वपूर्ण असे योगदान दिले आहे. आजही मॅक्स वेबरची नोकरशाहीची संकल्पना उपयुक्त आहे यावरुन तिचे महत्त्व अधोरेखित होते. अशाप्रकारे मॅक्स वेबरची नोकरशाहीची संकल्पना किंवा तिची वैशिष्ट्ये सांगता येतात.

ब) प्रशासकीय सुधारणा (Administrative Reforms)

प्रस्तावना :

काळाच्या प्रवाहामध्ये प्रशासनामध्ये अनेक दोष निर्माण झाले किंवा काळानुसार लोकांच्या इच्छा, आशा, अपेक्षांमध्ये बदल होत गेला. त्या बदलाला सामावून

घेण्यासाठी प्रशासनामध्येदेखील बदल करणे गरजेचे होते. प्रशासनामध्ये जे जाणीवपूर्वक, विचारपूर्वक बदल केले गेले ते बदल म्हणजेच प्रशासकीय सुधारणा होय. प्रशासकीय सुधारणा ही संज्ञा शासनाच्या प्रशासकीय यंत्रणेमध्ये सुधारणा करण्यासाठी वापरली जाते. प्रशासनातील बदल्या कल्पनेशी ही संज्ञा संबंधित आहे. प्रशासकीय सुधारणेच्या स्वरूपामध्ये स्पष्टता असते. सुधारणावादी प्रयत्न हे नेहमीच सभोवतालच्या परिस्थितीमधून सुधारणेच्या मागणीशी संबंधित असतात. सुधारणांची व्यूहनीती ही सर्वत्र सारखी असत नाही तर परिस्थितीनुसार बदलत राहते. शिफारशींपेक्षा अंमलबजावणी करण्याची प्रक्रिया अवघड असते.

अर्थ

प्रशासकीय सुधारणा ही एक प्रवाही प्रक्रिया आहे. ती स्थिरस्वरूपाची प्रक्रिया नाही. कोणत्याही प्रशासकीय प्रक्रियेमध्ये सुधारणा, नावीन्य, नवनिर्मिती यांना महत्त्व असते; धोरण व कार्यक्रमांमध्ये बदल, प्रशासकीय परिणामकारक क्षमतेमध्ये सुधारणा, व्यक्तिगत प्रश्नांची सोडवणूक, दबावाला विरोध करणे या गोष्टी नवनिर्मितीमध्ये महत्त्वपूर्ण ठरतात. प्रशासनामध्ये सातत्य व प्रासंगिक अशा दोन प्रकारचे बदल होतात. प्रशासकीय सुधारणा ही संज्ञा सर्वसाधारणपणे प्रशासकीय बदल व प्रशासकीय पुनर्रचना या अर्थाने वापरली जाते. परंतु यामध्ये फरक असलेला दिसतो. सुधारणा म्हणजे अस्तित्त्वात असलेल्या व्यवस्थेमधील दोषांचे निमूर्लन करणे होय. गरजा व नव्या मागण्यांच्या प्रकाशात अस्तित्त्वात असलेल्या व्यवस्थेमध्ये पुनर्बांधणी करणे म्हणजे पुनर्रचना होय; तर बदल म्हणजे कोणत्याही प्रकारचे नावीन्य की जे विचारप्रणाली किंवा सामाजिक-आर्थिक परिस्थितीनुसार घडून येते; तसेच प्रशासकीय विकास हा देखील प्रशासकीय सुधारणांपेक्षा वेगळा असतो.

व्याख्या

१) **जी.एफ.काईडन यांच्या मते,** प्रशासकीय सुधारणा म्हणजे प्रतिकाराच्या विरोधातील प्रशासकीय बदलाचे कृत्रिम प्रलोभन होय.

२) **माँटगोमेरी यांच्या मते,** ''प्रशासकीय सुधारणा म्हणजे सार्वजनिक सेवांच्या वर्तणुकीमध्ये बदल घडवून आणण्यासाठी नोकरशाही व इतर सामाजिक घटक तसेच नोकरशाहीच्या अंतर्गत संबंधांची आखणी करणारी राजकीय प्रक्रिया होय.''

३) वरिल व्याख्यांवरून असे म्हणता येते की, शासनाच्या कार्यकारी यंत्रणेमध्ये बदल घडवून आणणारी यंत्रणा म्हणजे 'प्रशासकीय सुधारणा' होय. यामुळे प्रशासनामध्ये खुलेपणाचे वातावरण तयार होते. जबाबदारी, विकेंद्रीकरण,

सार्वजनिक नैतिकता, लोकप्रशासनाबाबत नागरिकांचे समाधान, प्रशासकीय कल्पनांना मान्यता या गोष्टी प्रशासकीय सुधारणांमधून घडून येतात. प्रशासकीय सुधारणा ही मूल्यांकन करणारी संकल्पना आहे तसेच सर्वच बदल म्हणजे प्रशासकीय सुधारणा नव्हेत.

प्रशासकीय सुधारणांचे प्रकार

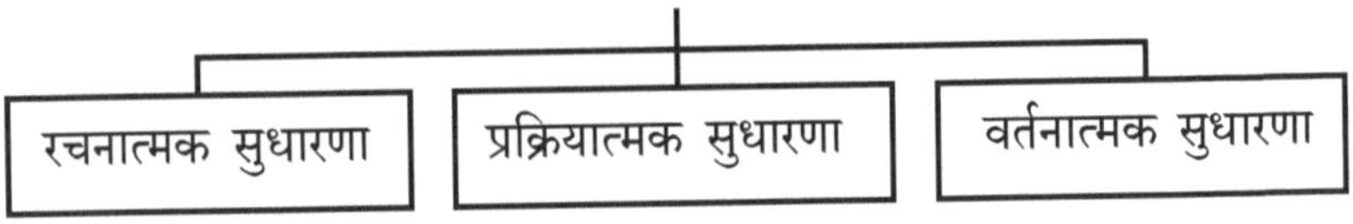

१) **रचनात्मक सुधारणा** (Structural Reforms)

रचनात्मक सुधारणा ही लोकप्रशासनातील एक सामान्य बाब आहे. कामाचे विभाजन, प्रदत्तविधीविधान, विकेंद्रीकरण, स्वायत्त संस्थांची निर्मिती, तसेच स्वतंत्र घटकांना कृती करण्यासाठी संसूचना व्यवस्थेची निर्मिती या बाबींवर रचनात्मक सुधारणेमध्ये भर दिला जातो. रचनात्मक सुधारणा ह्या मूलभूत व रचनेसंबंधीच्या असतात.

२) **प्रक्रियात्मक सुधारणा** (Procedural Reforms)

शासनाच्या संघटनांमध्ये प्रक्रियात्मक सुधारणा प्रसिद्ध आहेत. नियमांमध्ये बदल, कामाच्या प्रक्रियेमध्ये बदल, लालफितीचा कारभार दूर करणे या बाबींवर प्रक्रियात्मक सुधारणांमध्ये भर दिला जातो.

३) **वर्तनात्मक सुधारणा** (Behaviourial Reforms)

शासकीय संघटनांना वर्तनात्मक सुधारणा ही बाब नवीन आहे. नोकरशाहीतील आंतर-व्यक्तिगत व आंतर-गटांमधील संबंधांमध्ये सुधारणा करण्यासाठी वर्तनात्मक सुधारणा सुचविते.

प्रशासकीय सुधारणांचा आढावा

भारत सरकारने प्रशासनामध्ये सुधारणा घडवून आणण्यासाठी प्रशासकीय सुधारणा आयोग स्थापन केले व यामार्फत प्रशासनामध्ये बदल घडवून आणले गेले. प्रशासकीय सुधारणा म्हणजे सार्वजनिक क्षेत्राच्या संघटनांमध्ये जाणीवपूर्वक व विचारपूर्वक केलेले बदल होय. सार्वजनिक क्षेत्रातील संघटनांच्या रचनेमध्ये सुधारणा करणे तसेच या क्षेत्रामध्ये काम करणाऱ्या लोकांचा दर्जा उंचावण्यासाठी प्रशासकीय सुधारणा केल्या गेल्या. प्रशासकीय सुधारणा ही संकल्पना साध्या व सोप्या कल्पनेवर आधारलेली

आहे, ती म्हणजे नैसर्गिकरीत्या जे बदल होतात त्यासाठी माणूस प्रतीक्षा करू शकत नाही, तर कृत्रिमपद्धतीने सुधारणा करण्याचा तो प्रयत्न करीत असतो. गैर शासकीय क्षेत्रापेक्षा सार्वजनिक क्षेत्रामधील सुधारणा घडवून आणण्याची पद्धत अत्यंत गुंतागुंतीची असते, त्याला विविध पैलू किंवा बाजू असतात. गैर शासकीय क्षेत्र असो किंवा सार्वजनिक क्षेत्र असो आपला दर्जा, कार्यक्षमता, परिणामकारकता वाढविण्याचा सतत प्रयत्न करीत असतात. सार्वजनिक क्षेत्रातील संघटना प्रशासकीय जीवनातील राजकीय पैलूंशीदेखील संबंधित असतात. आर्थिक पैलूंच्या पलिकडे सार्वजनिक क्षेत्रातील सुधारणा उद्दिष्टांशी संबंधित असतात, सार्वजनिक जीवनामध्ये सुधारणा घडवून आणणे, आश्रयदातेपणा दूर करणे, नाती-गोती आणि भ्रष्टाचार दूर करणे, प्रतिनिधित्वामध्ये वाढ करणे, नागरिक व गटांचा सहभाग वाढविण्यासाठी प्रयत्न करणे, जबाबदारी आणि पारदर्शकता वाढविण्यासाठी प्रयत्न करणे; याचा अर्थ प्रशासकीय सुधारणा करीत असतात. आर्थिक बाजूंपेक्षा इतर अनेक घटक विचारात घेतले जातात.

प्रत्येक प्रशासकीय सुधारणेला राजकीय बाजू असते; तसेच सुधारणेचा हेतू मूल्यांची निवड करण्यास शिकवतो. आगामी किंवा भविष्यकाळातील बदल ही सुधारणा असते. तसेच या बदलावर त्यामध्ये सहभागी असणाऱ्या घटकांच्या विचारप्रणालीचा प्रभाव दिसून येतो. जडत्व किंवा प्रतिरोधाच्या विरोधात सुधारणा घडून आल्या. एखाद्या गोष्टीचा स्वीकार करण्यासाठी तिच्या समर्थकांवर दबाव आणला जातो; तर काही सुधारणा ह्या संघर्षाच्या काळात घडून येतात किंवा राष्ट्रीय आघातांमुळे घडून येतात. उदा. १८८५ मध्ये किमीया युद्धामध्ये ब्रिटिश सैन्याच्या अत्यंत वाईट कामगिरीनंतर ब्रिटिश शासनाने सनदी सेवकांच्या भरतीबाबतच्या सुधारणा केल्या होत्या. परीक्षेवर आधारित सनदी नोकरभरती ही ती सुधारणा होती. १८८०-८१मध्ये फ्रान्स-परशियन युद्धामध्ये फ्रान्सचा पराभव झाल्यानंतर फ्रेंच शासनाने प्रशासनामध्ये सुधारणा घडवून आणल्या. १८८३ मध्ये अमेरिकन अध्यक्ष गारफिल्ड यांची नाकारलेल्या कार्यालय साधकाकडून हत्या झाली. त्यानंतर अमेरिकन शासनाने 'अमेरिकन नागरी सेवा आयोग' स्थापन केला व नागरी सेवा पूर्व परीक्षा घेण्याची व्यवस्था निर्माण केली. गेल्या तीन वर्षांमध्ये सार्वजनिक वित्त संकटांमुळे सुधारणा घडून येऊ लागल्या आहेत. सार्वजनिक सेवांचे मोजमाप किंवा त्यांना कमी खर्चीक व जास्तीच्या स्पर्धात्मक बनविण्याच्या हेतूने सुधारणा घडवून आणल्या गेल्या.

संशोधन संस्थांमार्फत प्रशासकीय सुधारणा घडवून आणल्या जातात. सुधारणा घडवून आणण्यामध्ये राजकीय भागधारक सहभागी असतात. प्रशासनाच्या बाहेरून प्रशासकीय सुधारणा घडवून आणण्यासाठी दबाव आणला जातो. नवीन आलेले सरकार, मंत्री, राजकीय पक्ष, संसदीय समिती, चौकशी आयोग, दबावगट, प्रसिद्धी माध्यमे, संघटना या सर्व घटकांकडून सुधारणा घडवून आणण्यासाठी सतत दबाव आणला जातो. प्रशासनावर सुधारणा घडवून आणण्यासाठी हे सर्व घटक सतत दबाव टाकत असतात. गेल्या काही दशकांमध्ये दोन नवीन प्रकारचे मध्यस्थ सुधारणा घडवून आणण्यामध्ये महत्त्वाची भूमिका बजावत आहेत. अंतर्गत व बर्हिगत मध्यस्थ सुधारणांवर प्रभाव टाकत आहेत. अंतर्गत मध्यस्थांमध्ये व्यवस्थापन व धोरण सल्लागार कंपन्या सर्वव्यापी झाल्या आहेत तर बर्हिगत मध्यस्थांमध्ये आंतरराष्ट्रीय संघटना प्रभाव टाकत आहेत. संयुक्त राष्ट्रसंघटना, जागतिक बँक, युरोपियन समुदाय त्याचबरोबर स्वयंसेवी संस्था सुधारणांचे शक्तीशाली केंद्र बनल्या आहेत. प्रशासकीय सुधारणा ज्ञानामध्ये बदल घडवून आणतात. अंतर्गत अभ्यासामधून ज्ञाननिर्मिती जशी होते त्याप्रमाणे बाहेरूनदेखील होते. ज्या ठिकाणी सुधारणा यशस्वीपणे राबविण्यात आलेल्या आहेत त्या ठिकाणाहून कल्पनांचा स्वीकार केला जातो. प्रशासकीय सुधारणा हे विशेषतज्ज्ञांचे काम आहे. विशेषतज्ज्ञ ज्ञानाच्या विविध शाखांची आखणी करतात व त्यांना व्यवहारामध्ये अमलात आणण्याचा प्रयत्न करतात. सैद्धांतिक ज्ञानावर आधारलेले विश्लेषणात्मक प्रारूप किंवा पद्धती, सार्वजनिक सेवा तसेच सल्लागार कंपन्या वापरतात. ते त्यांचे ज्ञान सैद्धांतिकरूपात सादर न करता व्यावहारिकरूपात सादर करतात. उदा. शास्त्रीय व्यवस्थापन, नियोजन, अंदाजपत्रकीय व्यवस्था, शून्य आधारित अंदाजपत्रक, नागरिक केंद्रित व्यवस्थापन, क्षैतीज व्यवस्थापन, या सर्व पद्धती व कृतींच्या पलीकडे व्यवस्थापनाचे शास्त्र आहे. प्रशासकीय शास्त्र हे आदर्शवादी शास्त्र आहे. एकीकडे निरीक्षण, विश्लेषण तर दुसरीकडे मूल्यांना महत्त्व दिले जाते.

स्वातंत्र्योत्तर कालखंडातील भारतातील प्रशासकीय सुधारणा

भारताला स्वातंत्र्य मिळाल्यानंतर भारतातील लोकांच्या जीवनामध्ये सर्वांगीण बदल घडवून आणण्याचे मोठे आव्हान उभे राहिले. लोकांच्या सामाजिक व आर्थिक कल्याणासाठी घटनात्मकदृष्ट्या शासन बांधील होते. हे साध्य करण्यासाठी प्रशासकीय सुधारणा करण्याच्या दृष्टीने सुधारणा करणे गरजेचे होते. त्याचबरोबर प्रशासनामधील अपारदर्शकता दूर करण्याच्यादृष्टीने सुधारणा करणे गरजेचे होते. यासाठी अखिल

भारतीय सेवा, केंद्रीय सेवा, राज्यसेवा ही यंत्रणा निर्माण करण्यात आली. त्यानंतर विकेंद्रीकरणाबाबत सुधारणा केल्या गेल्या.

१९५१मध्ये नियोजन आयोगाने ए.डी. गोरवाला समिती नियुक्त केली तर१९५३ मध्ये ॲपलबाय आयोग नियुक्त केला गेला; प्रशासकीय यंत्रणेचे अंमलबजावणीच्यादृष्टीने विश्लेषण करण्यासाठी हे आयोग निर्माण केले गेले. १९५९च्या दुसऱ्या वेतन आयोगानेदेखील सर्व कार्यालयांना मुख्य कार्यालयांशी जोडण्यासंदर्भातील शिफारस केली होती. एस. आर. दास आयोगानेदेखील भ्रष्टाचार दूर करण्यासंदर्भातील शिफारशी केल्या होत्या. १९६४ सालच्या सनथानाम आयोगानेदेखील प्रशासकीय सुधारणांसंबंधी महत्त्वपूर्ण शिफारशी केल्या होत्या.

प्रशासकीय सुधारणा आयोग

१) पहिला प्रशासकीय सुधारणा आयोग (१९६६-७०)

मोरारजीभाई देसाई यांच्या अध्यक्षतेखाली केंद्र सरकारने पहिला प्रशासकीय सुधारणा आयोग ५ जानेवारी १९६६ रोजी स्थापन केला होता. त्यानंतर हनुमंथैय्या हे त्याचे अध्यक्ष होते. या आयोगाने २० अहवाल व ५०० शिफारशी सादर केल्या होत्या. या आयोगाने लोकांच्या समस्या सोडविण्यासाठी लोकपाल स्थापन करण्याची शिफारस केंद्र सरकारला केली होती; तसेच प्रशासकीय सुधारणा विभाग स्थापन करण्याची शिफारस केली होती. लोकसेवा आयोगाच्या संदर्भात भरती, बढती, प्रशिक्षण या संदर्भात या आयोगाने महत्त्वपूर्ण शिफारशी केल्या होत्या. केंद्र शासनाने या आयोगाच्या प्रशिक्षणाबाबतच्या शिफारशींची अंमलबजावणी केलेली दिसते.

२) दुसरा प्रशासकीय सुधारणा आयोग

३१ ऑगस्ट २००५ रोजी विरप्पा मोइली यांच्या अध्यक्षतेखाली केंद्र सरकारने दुसरा प्रशासकीय सुधारणा आयोग स्थापन केला. लोकप्रशासन व्यवस्थेमध्ये सुधारणा घडवून आणणे हा या आयोगाच्या स्थापनेमागील हेतू होता. डॉ.ए.पी.मुखर्जी, डॉ.ए.एच. कलरो, डॉ. जयप्रकाश नारायण हे या आयोगातील सदस्य होते तर विनीता रॉय ह्या सेक्रेटरी होत्या. भारतातील संघटनात्मक रचना, शासनातील नैतिकता, आर्थिक व्यवस्थापनाची व्यवस्था सशक्त करणे, राज्यपातळीवर कार्यक्षम प्रशासन तयार करणे, पंचायत राज्यासंबंधी, नागरिककेंद्रित प्रशासन या व अशा अनेक बाबींसंबंधी या आयोगाने केंद्र शासनाला शिफारशी केल्या होत्या.

सारांश

प्रशासनामध्ये सुधारणा करण्यासाठी वेळोवेळी प्रयत्न केले गेले. या प्रयत्नांमधूनच प्रशासन अधिक पारदर्शक, कार्यक्षम, परिणामकारक व जबाबदार बनले आहे. लोकप्रशासनातील अत्यंत महत्त्वाचा विषय म्हणून प्रशासकीय सुधारणांकडे पाहिले जाते. अनेक हेतूंच्या पूर्तीसाठी प्रशासकीय सुधारणा केल्या गेल्या सुधारणांचे यश मात्र सक्षम नेतृत्व, योग्य कार्यवाही वेळेची अचूकता, व्यापक पाठिंबा, काळजीपूर्वक नियोजन, संसाधनांवरील नियंत्रण या सर्व गोष्टींवर आधारलेले असते.

थोडक्यात, निर्माण झालेल्या समस्या सोडविण्यासाठी प्रशासकीय सुधारणा केल्या जातात. त्या सुधारणा ह्या सरळ, साध्या, सोप्या नसून गुंतागुंतीच्या असतात. त्यामध्ये अनेक घटक सहभागी असतात. या सुधारणांचा परिणाम अनेक घटकांवर होणारा असल्याने त्याचे समर्थक व विरोधक देखील असतात. प्रशासकीय सुधारणा भावनेच्या आधारे घडून न येता संशोधनाच्या, शास्त्रीयतेच्या आधारे घडून येताना दिसत आहेत. प्रशासकीय सुधारणांची एखाद्या ठिकाणी यशस्वीपणे अंमलबजावणी झाली की, इतर सर्व ठिकाणी त्या अमलात येतात. संपूर्ण जगामध्ये प्रशासकीय सुधारणा ही प्रक्रिया घडून येत असल्याने ही प्रक्रिया सार्वत्रिक, सर्वव्यापी आहे. जगातील सर्वच स्वतंत्र देशांचा प्रशासकीय सुधारणा करण्यावर भर असलेला दिसतो.

सराव प्रश्न :

१) नोकरशाही संकल्पनेचा अर्थ स्पष्ट करा.
२) नोकरशाहीच्या व्याख्या सांगा.
३) मॅक्स वेबरने सांगितलेली नोकरशाहीची वैशिष्ट्ये लिहा.
४) प्रशासकीय सुधारणा संकल्पनेचा अर्थ सांगून व्याख्या लिहा.
५) प्रशासकीय सुधारणांचे प्रकार लिहा.
६) प्रशासकीय सुधारणांचा आढावा घ्या.
७) स्वातंत्र्योत्तर कालखंडातील भारतातील प्रशासकीय सुधारणा सांगा.

प्रकरण २

सेवक प्रशासन

Personnel Administration

अ) **भरती** (Recruitment)

ब) **प्रशिक्षण** (Training)

क) **बढती** (Promotion)

प्रस्तावना (Introduction)

आधुनिक काळात सेवक प्रशासन संज्ञेला विशेष महत्त्व प्राप्त झालेले आहे. आधुनिक राज्यांचे कार्यक्षेत्र व्यापक व गुंतागुंतीचे झालेले आहे की, सेवकप्रशासन व्यवस्थेशिवाय शासनाचे कोणतेही कार्य करता येत नाही. शासनाला आपली अनेक प्रकारची कार्ये पार पाडण्यासाठी सेवक वर्गाची नेमणूक करावी लागते. लोकप्रशासनाची सर्व कार्ये यशस्वी करण्यासाठी योग्य व कार्यक्षम अशा कर्मचारी वर्गाची आवश्यकता असते. त्यामुळे संघटनेतील कर्मचारी वर्गाची निवड योग्य प्रकारे होणे अधिक महत्त्वाचे ठरते. सेवक वर्गाची भरती योग्य प्रकारे करून त्यांना योग्य रीतीने प्रशिक्षण देऊन त्यांची कार्यक्षमता वाढविणे आवश्यक ठरते. सनदी सेवकांचे वेतन, बढती, निवृत्ती, आरोग्य व कल्याण अशा अनेक बाबींचा विचार करून सेवक प्रशासनाचा अभ्यास करावा लागतो. सरकारची ध्येयधोरणे, योजना, निर्णय यांची अंमलबजावणी करण्यासाठी सेवक वर्गाची अत्यंत गरज असते. थोडक्यात, शासनाला विविध स्वरूपाची लोककल्याणाची कामे पूर्ण करण्यासाठी सेवकप्रशासनाची आवश्यकता असते. प्रत्येक देशात सेवक वर्गाची व्यवस्था निर्माण केलेली असते. कुशल, कार्यक्षम, प्रशिक्षित, पगारी आणि कायमस्वरूपी सेवक वर्गामुळे प्रशासकीय कार्य सुलभ आणि यशस्वी होते. तेव्हा सेवक प्रशासनाचा अभ्यास अधिक पद्धतशीरपणे

होणे आवश्यक आहे. सेवक प्रशासनात सेवकाने कार्यप्रवृत्त राहावे व आपल्या क्षमतेचा विकास करून शासकीय योजनांची प्रभावीपणे अंमलबजावणी करावी. यासाठी सेवक प्रशासन जागरूक असते. म्हणून प्रशासनाच्या अभ्यासात सेवकप्रशासनच्या अभ्यासाला महत्त्व प्राप्त झालेले आहे. कल्याणकारी राज्यात शासनाची कार्ये वाढल्यामुळे सेवकसंख्याही वाढत आहे. सेवकप्रशासनाचे महत्त्वही त्यामुळे स्वाभाविकपणे वाढत गेलेले आहे.

अर्थ (Meaning)

सनदी सेवा यालाच नागरी सेवा (Civil Service) असे म्हटले जाते. नागरी सेवा हा शब्द 'लष्करी सेवा', 'पोलीस सेवा' या शब्दांवरून रूढ झालेला आहे. ऑग या विचारवंताच्या मते, सरकारी कार्ये पार पाडण्यासाठी केवळ मंत्री, सचिव, खातेप्रमुख नियुक्त करून चालत नाही, तर त्यांच्या नियुक्तीबरोबर इतर कनिष्ठ नोकर वर्गही नियुक्त करावा लागतो. शासनाच्या ध्येयधोरणांची प्रत्यक्षात अंमलबजावणी करणारा नोकरवर्ग म्हणजे 'सनदी सेवा' किंवा 'नागरी सेवा' होय.

ग्लॅडन या विचावंताने, 'नागरी सेवा म्हणजे असा प्रशासकीय नोकरवर्ग की जो आपल्या कार्यात निपुण, कुशल असून स्वहितापेक्षा राष्ट्रहिताला, राष्ट्रसेवेला वाहून घेतो असा नोकरवर्ग कोणत्याही पक्षाचे हित किंवा वर्गाचे हित जोपासत नाही. फायनर या विचारवंताने असे म्हटले आहे की, नागरीसेवा म्हणजे असा व्यावसायिक प्रशासकीय नोकर वर्ग की जो कायमस्वरूपी, पगारी व कुशल असतो.

प्रो. गेटेल यांच्या मते, 'नागरी सेवा' म्हणजे प्रत्यक्ष प्रशासकीय कार्य करणारा विभाग होय, की ज्यात कायदेविषयक, न्यायविषयक तसेच सैनिकी, नौदल यांतील प्रत्यक्ष सेवा करणाऱ्या व्यक्तींचा समावेश होतो.

वरील राजकीय विचावंतांची मते पाहिली असता असे म्हणता येईल की, सरकारने निश्चित केलेली ध्येयधोरणे, योजना यांची कार्यवाही करण्यासाठी जो कर्मचारी वर्ग नियुक्त केला जातो त्यांचा नागरीसेवेत समावेश केला जातो. फायनर हा विचावंत ब्रिटिश नागरीसेवेतील कर्मचाऱ्यांचे प्रशासकीय, तांत्रिक आणि कुशल असे तीन प्रकार सांगताना दिसून येतो. प्रशासकीय सेवकवर्ग ध्येयधोरणांची निर्मिती आणि त्यांची कार्यवाही करीत असतो. तर डॉक्टर, इंजिनिअर, वकील, हिशेबतपासणीस यांसारखा तांत्रिकी ज्ञान असणारा वर्ग प्रशासनाला तांत्रिक बाबतीत सहकार्य करीत असतो. तर कुशल, कार्यक्षम, कनिष्ठ सेवकांचा वर्ग अंमलबजावणीचे कार्य आपल्या कौशल्याद्वारे करीत असतो. एकंदरीत केंद्र व राज्य आणि स्थानिक पातळीवर कार्य करणारा जो सेवक वर्ग असतो त्यांचा समावेश नागरी सेवेत केला जातो; म्हणूनच

नागरी सेवेतील कर्मचारी वर्गाला राज्यप्रशासनाची चक्रे असे संबोधिले जाते.

सनदी सेवेचे कार्य

राज्याचे प्रशासन चालविण्यासाठी सेवकप्रशासनाची व्यवस्था केली जाते. आधुनिक राज्यांचे कार्यक्षेत्र एवढे व्यापक झाले आहे की, त्यामुळे सनदी सेवकांची कार्ये वाढलेली आहेत. सामान्यत: नागरी सेवेची कार्ये पुढीलप्रमाणे सांगता येतील–

१) उपदेश व सल्ला देणे

नागरी सेवेतील वरिष्ठ अधिकारी राजकीय प्रमुखांना सल्ला, उपदेश करतात. राज्याची ध्येयधोरणे, योजना निर्माण करताना असा सल्ला उपयुक्त ठरतो. मंत्री आपल्या खात्याच्या प्रमुख सचिवांचा सल्ला घेतात. त्यांच्या ज्ञानाचा, कौशल्यांचा व अनुभवांचा फायदा मंत्र्यांना मिळत असतो. मंत्री नेहमी बदलत असतात. परंतु सनदी सेवक कायमस्वरूपी असतात. नवीन मंत्र्यांना प्रशासकीय वरिष्ठ अधिकाऱ्यांचे मार्गदर्शन उपयुक्त असते. प्रो. एल. डी. व्हाईट, रॅम्से मूर इ. विचारवंतांच्या मते नागरी सेवेतील प्रमुख अधिकाऱ्यांचा सल्ला, मार्गदर्शन राजकीय प्रमुखांना अत्यंत आवश्यक व उपयुक्त असते त्यामुळे राज्याची ध्येयधोरणे आणि योजना ठरविणे अधिक सोयीचे होते.

२) अंमलबजावणी करणे

शासनाने ठरविलेली विविध स्वरूपाची ध्येयधोरणे, योजना, ठराव यांची अंमलबजावणी नागरी सेवेकडून होते. शासनाच्या विविध खात्यांतील सनदी सेवकांकडून अंमलबजावणीचे कार्य चालते. कायदेमंडळाने लोकहिताच्या दृष्टिकोनातून जे कायदे, नियम आणि ठराव मंजूर केलेले असतात, त्यांची कार्यवाही नागरी सेवेकडून होते. उदा. अर्थमंत्री अर्थखात्यातील सचिवांकडून तसेच इतर खात्यातील सचिवांकडून माहिती गोळा करून अर्थसंकल्प तयार करतो. कायदे मंडळाने मंजूर केलेल्या अंदाजपत्रकाची अंमलबजावणी सर्व खात्याच्या सनदी सेवकांकडून होत असते. थोडक्यात, शासकीय ध्येयधोरणांची, योजनांची कार्यवाही सनदी नोकरवर्गाकडून होत असते.

३) प्रदत्त विधिनियम करणे

आधुनिक काळात कायदेमंडळाचे कार्य अधिक व्यापक झालेले आहे. कायदेमंडळ सर्वसाधारणपणे धोरणे व कायदे ठरविते. परंतु त्या संबंधी तपशीलवार नियम–उपनियम निर्माण करण्याचे कार्य नागरीसेवेतील वरिष्ठ अधिकाऱ्यांना करावे लागते. कायदेमंडळाकडून कायद्यांचा किंवा योजनांचा केवळ सांगाडा तयार होत असतो. त्यामुळे कायद्याची अंमलबजावणी करताना काही नियम–उपनियम आवश्यक

असतात व असे कायद्याचे नियम निर्माण करण्याचा अधिकार वरिष्ठ अधिकाऱ्यांना दिला जातो. प्रशासकीय अधिकाऱ्यांना प्रदत्त विधिनियम करण्याचा अधिकार दिल्यामुळे प्रशासन कार्य अधिक सुलभपणे चालून प्रशासनाचा उद्देश सफल होतो; तसेच कायदेमंडळातील कायदेनिर्मितीच्या कार्याचा ताण कमी होऊ शकतो.

४) प्रशासकीय न्याय देणे

नागरी सेवेत प्रशासकीय न्याय देण्याचा अधिकार प्रशासकीय अधिकाऱ्यांना देण्यात आलेला असतो. आधुनिक काळात तंत्रज्ञानात झालेली प्रचंड वाढ आणि लोककल्याणकारी राज्याची वाटचाल यामुळे प्रशासनात अनेक समस्या निर्माण झालेल्या दिसतात. त्या समस्या सोडविण्यासाठी सनदी सेवांना व लोकांना न्याय मिळण्यासाठी प्रशासकीय कायदे व प्रशासकीय न्याय या तरतुदी करण्यात आलेल्या आहेत. भारतातील वरिष्ठ अधिकाऱ्यांना प्रशासकीय न्यायदानाचा अधिकार दिलेला आहे. प्रशासकीय संघटनेकडून एखाद्या व्यक्तीवर अन्याय झाला तर ती व्यक्ती प्रशासकीय न्यायालयाकडे दाद मागू शकते. थोडक्यात, नागरी सेवेतील प्रशासकीय वरिष्ठ अधिकाऱ्यांना न्यायनिवाडा करण्याचा अधिकार दिल्यामुळे 'शासनाची सामाजिक व आर्थिक क्षेत्रातील ध्येय-धोरणे यशस्वी होऊ शकतात.'

५) लोककल्याणाची कामे करणे

सनदी सेवा शासनाची सर्व ध्येयधोरणे आणि कार्ये लोककल्याणासाठी, लोकांच्या सर्वांगीण विकासासाठी निर्माण करीत असतात. आधुनिक लोकशाही राज्यातील नागरी सेवांकडून कल्याणकारी कार्ये केली जातात. जनतेच्या हिताच्या दृष्टीने विविध स्वरूपाची कार्ये सनदी सेवकांद्वारे केली जातात. तसेच अन्न, वीज, दूध, टपाल, संरक्षण, पाणीपुरवठा, वाहतूक या विषयीच्या सेवा दैनंदिन स्वरूपाच्या असतात. त्या सेवा पार पाडण्याचे महत्त्वाचे कार्य सनदी सेवक करीत असतात.

६) जनतेच्या अडीअडचणी, समस्या सोडविणे (जनसंपर्क साधणे)

राज्यातील जनतेच्या अडीअडचणी, प्रश्न समजावून घेऊन, त्या विषयी माहिती घेऊन ती मंत्र्यांकडे पाठविणे आणि त्यासंबंधी घेतलेल्या निर्णयांची अंमलबजावणी करणे हे शासकीय कर्मचाऱ्यांचे महत्त्वाचे कार्य होय. शासकीय ध्येयधोरणे व योजना यांची माहिती जनतेला समजावून देण्याची कार्ये सनदी सेवकाकडून केली जातात. नागरी सेवेतील सनदी सेवक जनतेला जबाबदार राहून कार्य करीत असतात. अर्थात, नागरी सेवेची कार्ये जनतेच्या सहकार्याशिवाय पूर्ण होत नाहीत.

नागरी सेवेचे मूल्यमापन

अ) गुण

१) कार्यक्षमता : आधुनिक राज्याच्या नागरीसेवांत योग्य पात्रतेचे, कार्यक्षम असे सनदी सेवक कार्य करीत असलेले दिसतात. कुशल, निपुण, प्रशिक्षित अशा नोकरवर्गामुळे प्रशासन यशस्वी होते. प्रशासन दर्जा, प्रशासनाचे स्थैर्य हे सनदी सेवकांच्या कार्यक्षमतेवर अवलंबून असते. राज्याची ध्येयधोरणे आणि योजना यशस्वी करण्यासाठी योग्य, कार्यक्षम अशा सनदी सेवकांची आवश्यकता असते.

२) शिस्तपालन : आधुनिक सनदी सेवेतील नोकरवर्ग शिस्तीचे पालन करताना दिसतो. प्रशासनातील नियमांचे काटेकोरपणे पालन झाले तर ते प्रशासन यशस्वी होऊ शकते. वरिष्ठ प्रशासक कनिष्ठ सेवकांवर नियंत्रण व देखरेख ठेवतात. त्यांना वेळोवेळी मार्गदर्शन करतात. तसेच कनिष्ठ सेवक जाणीवपूर्वक, जबाबदारीने वरिष्ठ अधिकाऱ्यांच्या आज्ञांचे पालन करतात. प्रशासनातील सनदी सेवक आपले व्यक्तिगत हितसंबंध बाजूला ठेवून निष्पक्षपातीपणे शिस्तीचे, नियमांचे पालन करतात. शिस्तभंग करणाऱ्या सेवकांवर कारवाई करण्याची तरतूद केलेली असते.

३) राज्याच्या प्रशासनाला स्थैर्य : राज्याचे प्रशासन योग्य प्रकारे चालविण्यासाठी व राज्याच्या प्रशासनाला स्थैर्य प्राप्त करून देण्यासाठी नागरी सेवा आवश्यक असते. त्यासाठी कुशल, अनुभवी, कार्यक्षम आणि कायमस्वरूपी नोकरवर्ग आवश्यक असतो. शासकीय योजनांची ध्येयधोरणांची निर्मिती आणि कार्यवाही योग्य प्रकारे होण्यासाठी कुशल, कार्यक्षम सनदी नोकरवर्ग आवश्यक असतो. राज्याच्या प्रशासन कार्यात सातत्य टिकविण्यासाठी, प्रशासनकार्य यशस्वी करण्यासाठी नागरीसेवा उपयुक्त ठरते.

४) लोककल्याण साधण्यासाठी उपयुक्त : नागरी सेवेच्या कार्यावर लोककल्याणाची कार्ये यशस्वी होतात. नि:स्वार्थी, कार्यक्षमता अशा प्रकारची नागरी सेवा म्हणजे राज्यप्रशासनाची यशस्वी कार्यपद्धती होय. ज्या देशात आदर्श नागरी सेवा असते, त्या देशातील जनता सुखी, समाधानी असते. नागरी सेवेतील सेवकवर्ग जनतेच्या अडीअडचणी, प्रश्न याविषयी माहिती घेऊन ती माहिती मंत्र्यांकडे पाठवितात. कार्यकारी मंडळाने त्या माहितीच्या आधारे ज्या योजना, ध्येयधोरणे ठरविलेली असतात त्यांची अंमलबजावणी करण्याचे कार्य सनदी सेवकांचे असते. थोडक्यात, सनदी सेवक लोककल्याणाची कार्ये करीत असतात.

ब) दोष

१) अकार्यक्षमता : नागरी सेवेत सेवकांची भरती काही वेळा अपात्र,

अकार्यक्षम अशा व्यक्तींची निवड केली जाते. त्यामुळे संपूर्ण प्रशासन यंत्रणाच धोक्यात येऊ शकते. अपात्र, अकार्यक्षम सेवकवर्गाला प्रशासनासंबंधी माहिती नसते; त्यामुळे ते अयोग्य मार्गाने धोरणांची कार्यवाही करतात. काहीवेळा वरिष्ठ सेवक अपात्र, अकार्यक्षम असतील तर त्यांच्या हाताखाली कनिष्ठ सेवकांना कार्य करणे कठीण होऊन बसते. सनदी सेवकांच्या अकार्यक्षमतेमुळे संपूर्ण प्रशासन, अस्थिर, अकार्यक्षम व अयशस्वी बनते.

२) दफ्तरदिरंगाई : 'नागरीसेवेतील कर्मचारी निरुत्साही, आळशी असतील तर त्यांच्या कार्यात शिथिलता येते. प्रशासनातील गोष्टींना वाजवीपेक्षा जास्त महत्त्व दिले जाते. त्यातूनच दफ्तरदिरंगाई हा दोष निर्माण होतो. प्रशासनातील दफ्तरदिरंगाई म्हणजेच लालफितीचा कारभार होय. दफ्तरदिरंगाईमुळे प्रशासनाचा हेतू सफल होत नाही.'

३) बेजबाबदारपणा व सत्तेचा गैरवापर : नागरीसेवेतील काही कर्मचारी व प्रशासकीय अधिकारी बेजबाबदारपणे वागतात. आपल्यावर टाकलेली जबाबदारी पूर्ण न करता कर्मचारी बेजबाबदारपणे सत्तेचा दुरुपयोग करतात. दिलेल्या अधिकाराचा गैरवापर करून प्रशासनात अस्थिरता, गोंधळ निर्माण करतात. त्यातूनच भ्रष्टाचार उदयाला येतो.

४) नोकरशाही : नागरीसेवेत नोकरशाही प्रवृत्ती वाढीला लागण्याचा धोका असतो. जेव्हा प्रशासकीय संघटना विशाल स्वरूप धारण करते तेव्हा विशेषीकरणाची प्रवृत्ती आढळते. साहजिकच नोकरवर्गाची संख्या वाढली जाते. प्रशासकीय सेवकांत नोकरशाही प्रवृत्ती बळावते. सर्व प्रशासकीय सत्ता वरिष्ठांकडे केंद्रित होते. त्यामुळे हुकूमशाही वृत्ती निर्माण होऊन व्यक्तिस्वातंत्र्याला मारक ठरते. थोडक्यात, नागरीसेवेत नोकरशाही निर्माण झाली की सनदी सेवकांना लोककल्याणकारी राज्याचा विसर पडतो.

अशा प्रकारे नागरी सेवेत काही दोष आढळून येत असले तरी नागरीसेवेचे प्रशासनातील महत्त्व नाकारता येत नाही; कारण प्रशासनकार्य यशस्वीपणे चालविण्यासाठी नागरीसेवेची नितांत आवश्यकता असते. नागरी सेवेतील दोष दूर करण्यासाठी सनदी सेवक आणि जनता यांनी परस्परांना सहकार्य केले तर नागरी सेवा आदर्श व निर्दोष होण्यास फारसा वेळ लागणार नाही.

अ) भरती (Recruitment)

नागरीसेवेत कर्मचाऱ्यांची भरती करणे ही गोष्ट अत्यंत महत्त्वाची मानली जाते. ग्लॅडस्टन या विचारवंताच्या मते, 'भक्कम व स्थिर अशा नागरी सेवेची किल्ली म्हणजे

भरती होय', तर स्टाल या विचावंताच्या मते, 'संपूर्ण नागरीसेवक प्रशासनाच्या रचनेची आधारशीला म्हणजे भरती होय.' नागरीसेवेत भरती करताना योग्य व आदर्श भरतीमुळे नागरी प्रशासकीय रचना आदर्श व कार्यक्षम बनू शकते. त्यामुळे कार्यक्षम पात्र, कुशल अशा कर्मचाऱ्यांची भरती होणे आवश्यक असते.

प्रो. एल. डी. व्हाईट या विचावंताच्या मते, नागरीसेवेतील एखाद्या रिकाम्या पदासाठी उमेदवारांना स्पर्धा परीक्षेत भाग घेण्यासाठी आकर्षित करणे म्हणजे भरती होय.

एकंदरीत भरती म्हणजे अशी प्रक्रिया की ज्याद्वारे नागरीसेवेतील रिक्त पदासाठी योग्य उमेदवारांना आकर्षित करून घेणे होय. उमेदवारांना आकर्षित करून घेण्यासाठी विविध पद्धतींचा अवलंब केला जातो. वर्तमानपत्रातून रिकाम्या पदाची जाहिरात दिली जाते. उमेदवाराची पात्रता, शिक्षण, वय, वेतन इत्यादी गोष्टींचा उल्लेख केला जातो व त्यासंबंधीच्या अटींविषयी माहिती दिली जाते.

प्रा. विलोबी या विचावंताने नागरीसेवेत भरती करताना पुढील समस्या विचारात घेणे महत्त्वाचे ठरते असे म्हटले आहे.

१) नागरी सेवेतील सेवकवर्गाची नेमणूक करण्याची सत्ता कोणाकडे असावी?

२) भरती करण्यासाठी कोणत्या पद्धतीचा अवलंब करावा?

३) कर्मचाऱ्यांची योग्यता (पात्रता) कोणती असावी?

४) उमेदवारांची योग्यता निश्चित करणारी यंत्रणा कशी असावी?

वरील गोष्टींचा विचार करून भरतीविषयी अधिक सखोल अभ्यास करता येईल.

नोकरवर्गाची भरती करण्याची सत्ता

प्रा. विलोबी या विचावंताने भरती करण्याची सत्ता कोणाकडे असावी याबाबत दोन दृष्टिकोन सांगितले आहेत.

१) सनदी सेवकांच्या नेमणुकीची सत्ता जनतेकडे असावी; कारण लोकशाही शासनपद्धतीत सनदी सेवकांच्या नेमणुकीची सत्ता जनतेकडे दिली जाते. जनतेच्या इच्छा, आकांक्षा यांचा विचार करून सनदी सेवकांच्या नेमणुका केल्या जातात. परंतु राज्यशासनातील कर्मचाऱ्यांच्या नेमणुकीचा अधिकार जनतेस दिल्यास योग्य, कार्यक्षम व्यक्तीची नेमणूक होईल, याविषयी खात्री देता येत नाही. सेवकांना नोकरीची शाश्वती नसते. बहुतेक सर्व देशांनी या भरतीपद्धतीचा स्वीकार केलेला नाही.

२) सनदी सेवकांच्या नेमणुकीची सत्ता शासनाच्या एखाद्या विभागाकडे असते. शासनाच्या कार्यकारी विभागामार्फत सनदी सेवकांच्या नेमणुकीची सत्ता

दिली जाते. कार्यकारी विभाग हा कायद्यांची अंमलबजावणी करीत असतो. त्यामुळे त्या विभागास कर्मचाऱ्यांच्या भरतीचे ज्ञान असते. याशिवाय लोकसेवा आयोगाकडून नागरी सेवेतील कर्मचाऱ्यांची भरती केली जाते. बहुतेक सर्व देशांत लोकसेवा आयोगामार्फत सनदी नोकरांची नेमणूक केली जाते.

वरील दोन्ही दृष्टिकोनांचा विचार केला असता नागरीसेवेतील प्रशासकीय कर्मचाऱ्यांच्या नेमणुकीची सत्ता शासनाच्या विभागाकडे असणे योग्य आहे.

भरतीच्या पद्धती (Methods of Recruitment)

राज्यप्रशासनातील सेवकांची भरती करताना पुढील दोन आधारांचा विचार केला जातो.

१) राजकीय आधार (लूटद्धती) (Spoil System)

राजकीय आधारावर जेव्हा नोकरवर्गाची भरती होते त्या पद्धतीला लूट पद्धती असे म्हणतात. या पद्धतीचा उदय अमेरिकेत अध्यक्ष जेफरसन यांच्या काळात झाला. राजकीय पक्ष जेव्हा सत्तारूढ होतो तेव्हा आपल्या मर्जीप्रमाणे सनदी नोकरांच्या नेमणुका करतात. अशा प्रकारे केलेली भरती एक प्रकारे लूट करणे होय. या पद्धतीत दोष असल्यामुळे १८८३ साली ती बंद करण्यात आली. या पद्धतीमध्ये गुणापेक्षा दोष अधिक दिसून आले. प्रशासनात अस्थैर्य निर्माण झाले. भ्रष्टाचार, अकार्यक्षमता, सत्तेचा गैरवापर त्यामुळे ही लूट पद्धती नष्ट झाली.

२) विशिष्ट पात्रतेचा आधार योग्यता पद्धती (Merit System)

जेव्हा नोकरवर्गाची नेमणूक विशेष पात्रतेच्या आधारावर केली जाते तेव्हा त्या पद्धतीला योग्यता पद्धती किंवा गुणविशेष पद्धती असे म्हणतात. प्रशासनातील रिकाम्या पदावर नेमणुका करताना उमेदवाराची योग्यता किंवा पात्रता पाहूनच भरती करणे यास 'योग्यता पद्धती' असे म्हणतात. आज बहुतेक सर्व देशांत ही पद्धती स्वीकारलेली दिसते. लोकसेवा आयोगाकडून स्पर्धा परीक्षा घेऊन सनदी सेवकांची भरती केली जाते. या पद्धतीत प्रत्येक व्यक्तीला समान संधी दिली जाते. सेवेची शाश्वती देण्यात येते. बढतीची संधी दिली जाते. पात्र, कार्यक्षम व योग्य असा नोकरवर्ग नेमला जातो. प्रशासनाचा दर्जा सुधारून प्रशासनाला स्थैर्य, गतिमानता व यश प्राप्त होते. त्यामुळे ही पद्धती आवश्यक व उपयुक्त ठरते.

३) अप्रत्यक्ष किंवा बढतीद्वारे भरती (Recruitment by Promotion)

प्रशासकीय विभागात एखादे पद रिकामे झाले तर त्याच विभागातील कनिष्ठ सेवकाला त्या पदावर बढती देऊन नियुक्त केले जाते. त्यास अप्रत्यक्ष किंवा बढतीद्वारे भरती असे म्हणतात. संघटनेतील मध्यम व कनिष्ठ पातळीवरील रिकामी पदे भरताना ही पद्धती स्वीकारली जाते. या पद्धतीमुळे कर्मचाऱ्यांच्या प्रशासकीय अनुभवांचा

फायदा मिळतो. प्रशिक्षण गरजेचे नसते वेळ पैसा यांची बचत होते.

जरी या पद्धतीत अनेक फायदे असले तरीसुद्धा दोष आढळून येतात. कनिष्ठ पातळीवरील कर्मचारी वरिष्ठ पदावर नियुक्त केले असले तरी ते आपल्या पूर्वीच्या कार्यपद्धतीत बदल करीत नाहीत. त्यामुळे प्रशासकीय परिवर्तनास खीळ असते. प्रशासन गतिहीन बनते. या दोषामुळे प्रत्यक्ष भरतीची पद्धती निर्माण झाली.

४) प्रत्यक्ष भरती (Direct Recruitment)

प्रत्यक्ष भरती पद्धतीमुळे प्रशासनास पुढील फायदे होतात -

१) प्रत्यक्ष भरती ही लोकशाही मूल्यांवर आधारित असते. कोणत्याही प्रकारचा पक्षपात न करता प्रत्येकाला समान संधी देण्यात येते.

२) व्यापक क्षेत्रामुळे सरकार योग्य व कार्यक्षम सेवकांची निवड करू शकते.

३) वैज्ञानिक प्रगतीमुळे नवीन तंत्राचा वापर आवश्यक होतो. गुणवत्तापूर्ण माणसे प्रत्यक्ष भरतीमुळे मिळविणे सोपे होते.

४) प्रशासन गतिमान ठेवण्यासाठी तसेच बदलत्या सामाजिक आणि राजकीय परिस्थितिनुरूप कार्य करण्यासाठी नवीन विचारांचे युवक प्रशासकीय प्रक्रियेत सामावून घेण्यास मदत होते.

५) शैक्षणिक संस्थेतून बाहेर पडलेल्या योग्य व्यक्तींना नोकरीच्या माध्यमातून देशसेवा करण्याची संधी या पद्धतीद्वारे देण्यात येते.

प्रशासकीय भरतीमध्ये वरीलपैकी कोणतीही एक पद्धती स्वीकारून चालणार नाही. यासाठी योग्य भरतीच्या धोरणात कार्यक्षमतेच्या दृष्टीने दोन्ही पद्धती संयुक्तपणे वेगवेगळ्या अनुपात्रावर आधारित असतात. भारतात कनिष्ठ पदासाठी पूर्णपणे प्रत्यक्षरीत्या भरती करण्यात येते; तर वरिष्ठ पदासाठी प्रत्यक्ष व अप्रत्यक्ष भरतीपद्धतीचा आधार घेण्यात येतो. पहिल्या वेतन आयोगाने (१९५०) सनदी नोकरांची भरती प्रत्यक्ष भरती पद्धतीने व्हावी असे सुचविले. मात्र, द्वितीय श्रेणीतील कर्मचाऱ्यांची काही प्रमाणात लोकसेवा आयोगाच्या संमतीने प्रथम श्रेणीसाठी निवड व्हावी असे सुचविले. भारतामध्ये भारतीय प्रशासकीय सेवेसाठी स्पर्धात्मक परीक्षा पद्धतीद्वारे प्रत्यक्ष भरती होत असते. मात्र, काही प्रमाणात या सेवेत अप्रत्यक्ष पद्धतीनेही जागा भरण्यात येतात. प्रथम श्रेणीतील १५ ते २० टक्के जागा अप्रत्यक्ष भरतीने भरण्यात येत असतात.

भरतीसाठी आवश्यक पात्रता

प्रशासकीय सेवेत येण्यासाठी उमेदवारांना काही आवश्यक गोष्टीची पूर्तता करणे जरुरीचे असते. त्याशिवाय ते नोकरीसाठी पात्र ठरत नाहीत.

अशा काही महत्त्वाच्या पात्रता पुढीलप्रमाणे आहेत–

१) नागरिकत्व : प्रशासकीय नोकरी मिळविण्यासाठी उमेदवार हा त्या

देशाचा नागरिक असला पाहिजे. परराष्ट्रीय नागरिकांना विशेष परिस्थितीत अल्पकाळासाठी कार्याचे स्वरूप पाहून नोकरी दिली जाते. भारत नेपाळचे चांगले संबंध असल्यामुळे भारतात नेपाळच्या नागरिकांना नोकरी देण्यात येते.

२) रहिवास : राज्य सेवकांच्या भरतीच्यावेळी त्या भागातील रहिवाशांना प्राधान्य देण्यात यावे, अशी कल्पना पात्रतेत होती. १९५५ साली राज्य पुनर्रचना आयोगाने याबाबत आक्षेप घेतला. अशा प्रकारची व्यवस्था घटनेत नमूद केलेल्या तरतुदीच्या विरुद्ध आहे. हे त्याने सरकारच्या निदर्शनास आणून दिले. केंद्र सरकारने १९५७ साली 'पब्लिक एम्प्लॉयमेंट' कायदा करून प्रशासकीय सेवेसाठी रहिवासाची अट असू नये असे सूचित केले. आजही आपल्या देशात भूमीपुत्रांना नोकरीत प्राधान्य देण्यात यावे अशी मागणी केली जात आहे.

३) लिंग : भारतीय घटनेनुसार प्रत्येक नागरिकाला समान संधी देण्यात आली असल्याने या संधीचा फायदा स्त्रियांना मिळतो. शिक्षणाच्या प्रसारामुळे स्त्रियांच्या रोजगाराचे प्रमाण वाढले आहे.

४) वयोमर्यादा : प्रशासकीय सेवेत भरतीसाठी वयोमर्यादेसंबंधी अटी घालण्यात आलेल्या आहेत. १८ ते २६ वर्षांच्या वयापर्यंत सरकारी नोकरीत प्रवेश मिळविता येतो. आरक्षणासंबंधी ३० ते ३५ वर्षे वयोमर्यादा ठेवण्यात आली आहे. अमेरिकेत कितीही वयाचा माणूस शासकीय सेवेत रुजू होऊ शकतो.

५) शैक्षणिक पात्रता : प्रशासकीय सेवेत प्रत्येक पदासाठी आवश्यक ती शैक्षणिक पात्रता निश्चित करण्यात येते. भारतात प्रशासकीय सेवेसाठी उमेदवार पदवीधर असणे जरुरी आहे. नवीन निर्णयामुळे विविध पदांसाठी शैक्षणिक पात्रता निश्चित करण्यात आल्या आहेत. अखिल भारतीय केंद्रीय सेवेतील पहिल्या व दुसऱ्या श्रेणीकरिता पदवीधर असणे अनिवार्य करण्यात आले आहे.

६) अनुभव : अमेरिकन भरती पद्धतीमध्ये अनुभवाला खूप महत्त्व असते. भारतात फक्त काही तांत्रिक स्वरूपाच्या नोकरीत अनुभवी उमेदवारांना प्राधान्य देण्यात येते. अर्थशास्त्रज्ञ, संख्याशास्त्रज्ञ, लेखापाल आणि कायदा सल्लागार या पदाकरिता अनुभवाला महत्त्व दिले जाते.

७) विशेष गुणवत्ता : प्रशासकीय योग्यता, एकाग्रता, सामर्थ्य, आज्ञाधारकता आणि सहकारिता अशा सनदी नोकरांना उच्च पदासाठी प्राधान्य देण्यात येते.

योग्यता निश्चितीची पद्धत

प्रशासकीय सेवेतील बहुतेक पदे ही स्पर्धात्मक परीक्षा पद्धतीने भरण्यात येतात. या परीक्षा लोकसेवा आयोगामार्फत आयोजित करण्यात येतात. खालील प्रकारच्या परीक्षा घेऊन त्यांची योग्यता निश्चित करण्यात येते.

१) उमेदवाराची बौद्धिक पात्रता पाहण्यासाठी वैकल्पीक विषयात लेखी परीक्षा घेण्यात येते. विद्यापीठीय शिक्षणात त्यांनी अभ्यासासाठी जे विषय घेतलेले असतील ते विषय या परीक्षांसाठी असतात.

२) उमेदवाराची विचार करण्याची पात्रता, प्रभावीपणे स्पष्ट मत मांडण्याची व सामान्य ज्ञानाची जाणीव यासाठी एक लेखी परीक्षा घेण्यात येते.

३) उमेदवाराच्या व्यक्तिमत्त्वाची चाचणी मुलाखतीच्या माध्यमातून घेण्यात येते.

परीक्षांचे प्रकार

परीक्षांचे विविध प्रकार आहेत. त्यांपैकी प्रमुख प्रकाराबाबतचे विवेचन खाली केले आहे.

१) लेखी परीक्षा

लेखी परीक्षेस विषय कोणते असावेत, याबाबत दोन मते आहेत. उमेदवारांनी जे सामान्य विषय अभ्यासले आहेत ते लेखी परीक्षेसाठी ठेवण्यात यावेत; तर उमेदवाराची ज्या खात्यासाठी निवड करावयाची आहे त्या खात्यासंबंधीचे विषय लेखी परीक्षेसाठी असावेत.

लेखी परीक्षेतील उत्तरांचे स्वरूप हे दोन प्रकारचे असते.

१) दीर्घ उत्तर आणि २) वस्तुनिष्ठ उत्तर

१) दीर्घ उत्तर : उमेदवाराचे विषयासंबंधीचे ज्ञान, विषय मांडण्याची शैली वैचारिक स्पष्टता तपासली जाते.

२) वस्तुनिष्ठ उत्तर : उमेदवाराला निश्चित स्वरूपाचे अनेक प्रश्न विचारण्यात येतात. या पद्धतीमुळे उमेदवाराचे वास्तविक ज्ञान निर्णयशक्तीची तपासणी करण्यात येते. डॉ. एम. पी. शर्मा यांनी वरिष्ठ पदासाठी दीर्घ उत्तर पद्धती तर कनिष्ठ पदासाठी वस्तुनिष्ठ पद्धती असावी असे सुचविले आहे.

२) तोंडी परीक्षा

लेखी परीक्षा पद्धतीने ज्या गोष्टी साध्य होत नाहीत. त्या तोंडी परीक्षा पद्धतीने साध्य केल्या जातात. बौद्धिक जागृतता, निर्णय घेण्याची पात्रता, समन्वय वृत्ती, हजरजबाबीपणा यांसारख्या गुणांचे मूल्यमापन या पद्धतीने सोईस्करपणे होत असते.

३) प्रात्यक्षिक परीक्षा

तांत्रिक स्वरूपाच्या पदाच्या भरतीसाठी प्रात्यक्षिक परीक्षा उपयुक्त ठरते. उमेदवारास ठराविक वेळेत प्रात्यक्षिक करून दाखविण्यास सांगण्यात येते. उदा. कारागीर, टंकलेखक, स्टेनोग्राफर यांची भरती या पद्धतीने केली जाते.

४) मानसशास्त्रीय परीक्षा

ए. डी. गोरवाला यांनी मानसशास्त्रीय परीक्षा पद्धतीचा अवलंब करावा असे सुचविले. मानसशास्त्रीय परीक्षेचे विविध प्रकार आहेत–

अ) बुद्धिमत्ता चाचणी

ब) विशेष योग्यता चाचणी

५) शारीरिक क्षमता चाचणी

उमेदवारास सरकारी नोकरीत प्रवेश मिळविण्यासाठी गंभीर आजार असू नये, शारीरिकदृष्ट्या समर्थ असेल तरच त्यांची अंतिम निवड केली जाते.

भारतातील सेवक भरतीची पद्धती

खुल्या स्पर्धा परीक्षेच्याद्वारे, गुणवत्तेच्या निकषावर विहित पात्रता असणाऱ्या उमेदवारातून स्वायत्त लोकसेवा आयोगाच्या शिफारसीनुसार शासन प्रमुखाद्वारा सनदी सेवेतील सेवक वर्गाची भरती करण्याची पद्धत भारतात १९५६ साली सुरू झाली. स्वातंत्र्यानंतर भारताने संघराज्य व्यवस्था स्वीकारली. त्यातून केंद्रीय लोकसेवा आयोग घटक राज्यासाठी राज्य लोकसेवा आयोग एक किंवा दोन घटक राज्यासाठी संयुक्त लोकसेवा आयोगाची तरतूद करण्यात आली आहे. केंद्रसरकार व घटकराज्य सरकारांच्या प्रशासनातील वरिष्ठ, मध्यम आणि दुय्यम पातळीवरील सेवक भरतीकरिता स्वतंत्र रेल्वे लोकसेवा आयोगाची तरतूद आहे. या व्यतिरिक्त आयुर्विमा महामंडळ, इंडियन एअरलायन्स, अनेक विविध सार्वजनिक उपक्रम, राष्ट्रीयकृत बँकांच्या सेवक भरतीकरिताही स्वतंत्र यंत्रणेची स्थापना करण्यात आली आहे.

प्रशिक्षण (Training)

नागरीसेवेच्या प्रशासनात प्रशिक्षणाचा प्रश्न अत्यंत महत्त्वाचा मानला जातो. राज्याची कार्यक्षेत्रे वाढलेली असल्यामुळे सेवकांची कार्यक्षमता, पात्रता या गोष्टींना महत्त्व प्राप्त झाले आहे. त्यामुळे शासनाच्या प्रत्येक खात्यात प्रशिक्षित नोकरवर्गाची गरज भासू लागली आहे. प्रशिक्षित नोकरवर्ग आपल्या कुशलतेने प्रशासनकार्य यशस्वी करतो. प्रशिक्षण हे व्यावसायिक स्वरूपाचे असून ते नागरी सेवकांना आवश्यक असते.

व्याख्या

१) एफ. एम. मार्क्स : 'नागरी सेवकांना आपले कार्य शिकता यावे व त्यांचा व्यावसायिक क्षेत्रात विकास व्हावा म्हणून त्यांना मार्गदर्शन करण्यासाठी राज्याच्या व्यवस्थापन विभागामार्फत प्रयत्न केला जातो, त्यास 'प्रशिक्षण' असे म्हणतात.

२) एल. डी. व्हाईट : 'सनदी सेवकांना त्यांच्या कार्याविषयी जे ज्ञान करून दिले जाते आणि सेवकांना त्यांच्या सेवेत ते उपयुक्त ठरते त्यास प्रशिक्षण असे म्हणतात.

वरील व्याख्यांवरून असा दृष्टिकोन स्पष्ट होतो की, प्रशिक्षणामुळे सनदी सेवकांची कार्यक्षमता वाढते; तसेच भविष्यकाळात त्यांना आपल्या कार्याची जबाबदारी स्वीकारता यावी म्हणून हेतुपूर्वक केलेला प्रयत्न होय.

प्रशिक्षणाचा हेतू / गरज

नागरीसेवेत भरती झालेल्या नवीन सेवकांना त्यांच्या कार्याचे स्वरूप, उद्देश यांची माहिती देण्यासाठी १९४४ मध्ये ॲशेटन यांच्या अध्यक्षतेखाली एक समिती इंग्लंडमध्ये नियुक्त करून प्रशिक्षणाचे पाच हेतू सांगितले आहेत.

१) प्रशासनाच्या कार्यपद्धतीविषयी सेवकांना स्पष्ट माहिती देणे.

२) नवीन बदलत्या परिस्थितीप्रमाणे नवीन दृष्टिकोन स्वीकारण्याची तयारी ठेवणे.

३) नागरीसेवकांना केवळ यंत्रवत मानव न बनविता त्यांच्या कार्यासंबंधी जाणीव निर्माण करणे.

४) सनदी सेवकांना त्यांच्यात उच्च पदासाठी आणि महत्त्वाच्या कार्यासाठी आवश्यक पात्रता निर्माण करणे.

५) दैनंदिन कामकाजात सेवकांचे मनोबल व उत्साह वाढविणे त्यांच्यात प्रशासकीय नैतिकता निर्माण करणे.

वरील प्रकारच्या प्रशिक्षणाचा हेतू साध्य करण्यासाठी प्रशिक्षण देणारे अधिकारी योग्य पात्रतेचे आणि अनुभवी असावे लागतात. तसेच सेवकांनी जबाबदारीने प्रशिक्षण पूर्ण केले आहे का? हे पाहण्यासाठी सेवकांची परीक्षा घेणे आवश्यक ठरते.

प्रशिक्षणाचे प्रकार (Types of Training)

नागरी सेवेतील कर्मचाऱ्यांना प्रशिक्षण देणाऱ्या संस्था, प्रशिक्षण पद्धती, प्रशिक्षणाचा कार्यकाल या आधारे प्रशिक्षणाचे प्रकार खालीलप्रमाणे आहेत-

१) अनौपचारिक प्रशिक्षण

२) औपचारिक प्रशिक्षण

१) अनौपचारिक प्रशिक्षण : अनौपचारिक प्रशिक्षण पद्धतीत नव्याने आलेल्या सनदी नोकरांत दैनंदिन कार्यातूनच कामाची माहिती आणि झालेल्या चुकांची दुरुस्ती करीतच प्रशिक्षण मिळत असते. कनिष्ठ व वरिष्ठ कर्मचारी यांच्या संबंधांवर अनौपचारिक प्रशिक्षण दिले जाते. वरिष्ठ अधिकाऱ्यांच्या जाणीवपूर्वक प्रयत्नांवर या प्रशिक्षणाचे यश अवलंबून असते. हे प्रशिक्षण सनदी सेवकांच्या विभागीय परिषदा, बैठका तसेच वेळोवेळी विभागीय वृत्तपत्रिका काढून दिले जाते. वरिष्ठ अधिकाऱ्यांच्या अनुभवांवर

प्रशिक्षणाचे यश अवलंबून असते. श्री. ए. डी. गोरवाला यांच्या मते, योग्य आणि ज्येष्ठ अधिकाऱ्यांना जिल्ह्याच्या ठिकाणी पाठवून नव्याने येणाऱ्या कर्मचाऱ्यांना प्रशिक्षण देण्याची सोय केल्यास प्रशासनात कार्यक्षमता वाढेल.

२) औपचारिक प्रशिक्षण : सनदी नोकरांना सेवेच्या काळात प्रशासकीय कार्यक्षमता वाढविण्यासाठी विविध पातळींवर योग्य प्रकारच्या अभ्यासक्रमाद्वारे सनदी नोकरांना प्रशिक्षण देण्यात येते. प्रशासकीय सेवेत नोकरवर्गाची संख्या सतत वाढत असल्यामुळे औपचारिक प्रशिक्षण देण्याची गरज वाढली आहे.

औपचारिक प्रशिक्षणाचे चार प्रकार आहेत.

अ) प्रवेशपूर्व शिक्षण

प्रशासकीय सेवेत नोकरी देण्यासाठी उमेदवारांना प्रशिक्षण देऊन त्यांना त्या सेवेसाठी तयार करण्यात येते. प्रशिक्षणामुळे नोकरांना कार्य करणे सोपे होते. शिक्षण घेऊन उमेदवार त्या त्या पदासाठी स्पर्धात्मक परीक्षेत भाग घेतात व नोकरी प्राप्त करतात. मात्र, भारतात असे प्रशिक्षण दिले जात नाही की ज्यामुळे प्रशिक्षणानंतर उमेदवाराला नोकरी मिळेल.

भारतात व्यावसायिक क्षेत्रात मात्र प्रवेशपूर्व प्रशिक्षणाची सोय आहे. उदा. प्रत्येक डॉक्टरला अभ्यासक्रम संपल्यानंतर काही ठराविक काळासाठी उमेदवारी (Intership) करावी लागते. तसेच खडकवासला पुणे येथे सैनिक कॅडेट्सना प्रवेशपूर्ण प्रशिक्षण देण्यात येते व नंतर अधिकारी म्हणून नियुक्त केले जाते. प्रवेशपूर्व प्रशिक्षणामुळे उमेदवारास जबाबदारीची जाणीव, नवीन आव्हाने स्वीकारण्यासाठी मानसिक तयारी होते.

ब) कार्यात्मक प्रशिक्षण

कार्यात्मक प्रशिक्षण म्हणजे उमेदवाराला त्याच्या कार्याच्या आधारभूत संकल्पनेची माहिती दिली जाते. नवीन व अद्ययावत माहिती देऊन उमेदवारीची कार्यक्षमता वाढविण्यात येते. बदलत्या परिस्थितीची जाणीव व उद्दिष्टांची परिपूर्ती करण्यासाठी नवीन माहिती देणे जरुरीचे ठरते. अशा परिस्थितीत कार्यात्मक प्रशिक्षण देणे महत्त्वाचे ठरते.

क) सेवा काळातील प्रशिक्षण

सतत एकाच स्वरूपाचे कार्य केल्यामुळे नोकरात उत्साह राहत नाही. त्यांच्या कामात उत्साह राहावा व कार्यक्षमता वाढावी म्हणून सेवा काळात प्रशिक्षण आयोजित करण्यात येते. सेवा काळातील प्रशिक्षणामुळे कर्मचाऱ्यांची कार्याबाबतची निष्ठा व जबाबदारी वाढविण्यात मदत होते.

ड) प्रवेशोत्तर प्रशिक्षण

प्रवेशोत्तर प्रशिक्षण हे नोकरी मिळाल्यानंतर उमेदवाराची कार्यक्षमता वाढविण्यासाठी देण्यात येते. सेवा काळातील प्रशिक्षण आणि प्रवेशोत्तर प्रशिक्षण यांत सूक्ष्म असा फरक आहे. प्रवेशोत्तर शिक्षण उमेदवाराच्या प्रतीक्षा काळात देण्यात येते. अशा प्रकारच्या प्रशिक्षणासाठी सरकारतर्फे एक विशेष अशी अकादमी स्थापन करण्यात येते. प्रशिक्षण देण्यासाठी विशेष प्रशिक्षकाची नियुक्ती करण्यात येते. विविध प्रकारचे अभ्यासक्रम तयार करून असे प्रशिक्षण देण्यात येते.

स्वातंत्र्योत्तर भारतातील प्रशिक्षण व्यवस्था

स्वातंत्र्योत्तर काळात प्रशासनाला नवीन आव्हाने स्वीकारून त्याची योग्य प्रकारे अंमलबजावणी करण्यासाठी सनदी नोकरांना योग्य प्रकारचे प्रशिक्षण देणे जरुरीचे झाले आहे. प्रशिक्षण देत असताना खालील गोष्टी साध्य करणे जरुरीचे आहे.

१) भारतात स्वातंत्र्यापूर्वी साम्राज्यवादी राजवट होती त्यामुळे अधिकाऱ्यात हुकुमशाही वृत्ती असणे स्वाभाविक होते. स्वातंत्र्यानंतर संसदिय लोकशाही स्वीकारल्यामुळे अधिकाऱ्यांच्या वृत्तीत बदल घडवून आणण्यासाठी प्रशिक्षण उपयुक्त ठरते.

२) प्रशिक्षणाच्या माध्यमातून राष्ट्रीय एकात्मता साध्य करून जातीयवाद, प्रादेशिकवाद इ. गोष्टींना आळा घालण्यासाठी प्रशिक्षण जरुरीचे आहे.

३) सनदी नोकर हे प्रामुख्याने शहरी भागातून आलेले असतात. त्यांना ग्रामीण समस्येची जाणीव निर्माण करण्यासाठी प्रशिक्षणाचा उपयोग होतो.

४) भारताची उभारणी पंचवार्षिक योजनांच्या मार्फत साकार करण्याची संधी सनदी नोकरांना देण्यात आली आहे. यासाठी प्रशिक्षणाद्वारे त्यांचा कार्यात्मक दृष्टिकोन घडविणे जरुरीचे आहे.

भारताच्या नियोजन मंडळाने प्रशिक्षणाच्या कार्याचे महत्त्व विशद करताना असे मत व्यक्त केले आहे की, सेवक भरतीनंतर सेवकवर्गाचे प्रशिक्षण महत्त्वाचे आहे. कारण लोकप्रशासनाची कार्यक्षमता प्रशिक्षणाशी निगडित आहे. शासकीय सेवेत दाखल होण्याच्यावेळी प्रवेशपूर्व (Pre-Entry) व शासकीय सेवेत असताना वेळोवेळी (Post-Entry) प्रशिक्षण आवश्यक आहे. भारतीय प्रशासकीय सेवा आणि राज्य प्रशासकीय सेवा यांतील सेवकांना प्रशिक्षण देणे आवश्यक आहे.

यासाठी काही महत्त्वाच्या प्रशिक्षण संस्था पुढीलप्रमाणे आहेत–

अ) भारतीय लोकप्रशासन संस्था, नवी दिल्ली

ब) लालबहादूर शास्त्री राष्ट्रीय प्रशासन अकादमी, मसुरी

क) सामूहिक विकास राष्ट्रीय संस्था, हैदराबाद

ड) सरदार वल्लभभाई पटेल राष्ट्रीय पोलीस अकादमी, हैदराबाद

इ) रेल्वे स्टाफ कॉलेज, बडोदा

उ) प्रशासकीय अधिकारी कॉलेज, हैदराबाद

ऊ) भारतीय अकाउंट्स व ऑडिट प्रशिक्षण कॉलेज, सिमला

वरील प्रकारच्या प्रशिक्षण संस्था अखिल भारतीय आणि केंद्रीय सेवेतील वरिष्ठ सेवक वर्गाचे प्रशिक्षण देणाऱ्या संस्था म्हणून ओळखल्या जातात.

जरी या संस्था नागरी सेवकांना प्रशिक्षण देणाऱ्या संस्था म्हणून ओळखल्या जात असल्या तरी वरील संस्थांच्या प्रशिक्षणातून नागरी सेवकांना अखिल भारतीय दृष्टिकोन प्राप्त होतो. सेवेनुसार विशेष अभ्यासक्रम, त्याचा कालखंड व प्रशिक्षण केंद्रे ही वेगवेगळी असतात. विदेश सेवेमधील प्रशिक्षणार्थींना हिंदी आणि एक विदेशी भाषा शिकावी लागते. पोलीस सेवेमधील प्रशिक्षणार्थींना गुन्हेगारांची मानसिकता, प्रतिबंधात्मक कार्यवाही यांचा अभ्यास करावा लागतो. भारतीय लेखा आणि लेखा परीक्षा सेवेमधील प्रशिक्षणार्थींचे प्रशिक्षण सिमला येथे आयकर सेवेतील प्रशिक्षणार्थींचे प्रशिक्षण नागपूर येथे; तर केंद्रीय सचिवालयासाठी निवडलेल्या प्रशिक्षणार्थींचे प्रशिक्षण दिल्ली येथे होते. हैदराबाद येथे असलेले प्रशासकीय अधिकारी महाविद्यालय ही वैशिष्ट्यपूर्ण प्रशिक्षण संस्था आहे. ती इंग्लंडमधील हेन्ले कॉलेजच्या धर्तीवर स्थापन करण्यात आलेले आहे. यातील प्रशिक्षणार्थींचा गट (Syndicate) करुन गटचर्चा माध्यमातून येथे प्रशिक्षण दिले जाते. प्रशासनाची क्षेत्रे वेगवेगळी असली तरी प्रशासनाच्या प्रश्नाचे स्वरूप सर्वत्र काहीसे सारखेच असते. उद्देशांची व्यापकता आणि समस्यांची गुंतागुंत लक्षात घेता विविध क्षेत्रातील कार्यानुभाव आपल्या क्षेत्रातील समस्यांचे निराकरण करताना उपयोगी पडतो. हा विचार हैदराबादच्या प्रशिक्षण पद्धतीत आहे. आपल्या अनुभवाचे असते. त्यानुसार भारतीय लोकप्रशासन संस्था (Indian Institute Public Administration) दिल्ली येथे विविध अभ्यास वर्ग आयोजित केले जातात. अर्थात प्रशिक्षणाची व्यापक व्यवस्था असूनही आपल्या प्रशिक्षण पद्धतीमध्ये सुधारणेसाठी खूप वाव आहे. प्रशिक्षणार्थींची निवड ही महत्त्वाची बाब आहे. परंतु वास्तवात ज्याच्या वाचून आडत नाही अशा कमी महत्त्वाच्या किंवा अकार्यक्षम अधिकाऱ्यांनाच प्रशिक्षणास पाठविले जाते. प्रशिक्षणाचा अभ्यासक्रमही अधिक आशयपूर्ण असणे गरजेचे आहे. नवीन जबाबदारी पार पाडण्यासाठी आवश्यक असलेल्या कौशल्यांचा प्रशिक्षणाचा अभ्यासक्रमाशी संबंध असणे अगत्याचे आहे; म्हणून सेवक व्यवस्था आणि प्रशिक्षण यांचा परस्परसंबंध आवश्यक ठरतो.

क) बढती (Promotion)

प्रशासनातील कर्मचाऱ्यांसाठी एक महत्त्वाचा प्रश्न म्हणून बढती या तत्त्वांचा अभ्यास करणे अत्यंत महत्त्वाचे ठरते. प्रशासनातील कर्मचारी वर्गाची कार्यक्षमता कायम ठेवून त्यांना वरिष्ठ पदावर कार्य करण्याची संधी उपलब्ध करून देणे आवश्यक असते. कर्मचाऱ्यांना जर बढतीची संधी दिली नाही तर ते निरुत्साही होऊन यंत्रवत काम करतात याचा परिणाम कर्मचाऱ्यांच्या कार्यक्षमतेवर होतो. बढतीमुळे प्रशासकीय संघटनेत कर्मचाऱ्यांना संधी उपलब्ध होते. योग्य कार्यक्षम व्यक्ती संघटनेत कार्य करण्यास आकर्षित होतात; कारण काही काळानंतर आपल्याला वरिष्ठ पदावर कार्य करण्याची संधी मिळेल याची त्यांना बढतीच्या पद्धतीमुळे खात्री वाटते.

बढतीच्या संधीमुळे योग्य आणि बुद्धिमान व्यक्ती संघटनेकडे आकर्षित होतात. तसेच प्रशासकीय सेवेत कायम टिकून राहतात. बढतीची संपूर्ण योजना कर्मचाऱ्यांना एक आकर्षक जीवनव्यवसाय प्राप्त करून देते. यामुळे कर्मचारी प्रशासनात समाधानी असतात. याचा परिणाम कर्मचारी व प्रशासन यांच्या कार्यक्षमतेवर अवलंबून राहतो. याउलट, बढतीची संधी उपलब्ध नसल्यास कार्यक्षम आणि बुद्धिमान व्यक्ती संघटना सोडून अन्य व्यवसायात निघून जातात. याउलट, जे कर्मचारी संघटनेत राहतात त्यांचा मानसिक आणि नैतिक दर्जा खालावतो. परिणामतः संपूर्ण संघटनेलाच धोका निर्माण होतो.

व्याख्या

बढती म्हणजे कनिष्ठ पदावरून सेवकाची वरिष्ठ पदावर नेमणूक करणे होय. सेवकांच्या कामाचा व अधिकाराचा दर्जा वाढलेला असतो. सेवकांवर वरिष्ठ पदाची जबाबदारी पडते.

काही विचावंतांनी बढतीची व्याख्या पुढीलप्रमाणे केलेली आहे.

१) डॉ.एल.डी.व्हाईट : "सेवकांच्या कार्यात बदल करून कनिष्ठ पदावून वरिष्ठ पदावर नेमणूक करणे व वेतनात वाढ करणे होय."

२) विलोबी : बढती म्हणजे प्रशासकीय संघटनेतील कर्मचाऱ्यांची कनिष्ठ पदावरून वरिष्ठ पदावर नियुक्ती करणे होय."

३) चार्लस् बर्थ : "बढती म्हणजे अशी प्रक्रिया की, ज्यामुळे नागरी सेवकाला कनिष्ठ पदाच्या जबाबदारीतून वरिष्ठ पदाच्या जबाबदारीत नियुक्त केले जाते."

अर्थ (Meaning)

प्रशासकीय संघटनेत बढती या तत्त्वाला अत्यंत महत्त्वाचे स्थान आहे. बढती म्हणजे केवळ वेतनात वाढ नसून, कर्मचाऱ्यांच्या वर्तमानकालीन पदासंबंधींच्या

दर्जात वाढ करणे तसेच त्यांच्याकडे अधिक जबाबदारी सोपविणे होय. एल. डी. व्हाईट या विचारवंताने असे म्हटले आहे की, सेवकांच्या वर्तमानकालीन पदासंबंधीच्या दर्जात वाढ करणे तसेच त्यांच्याकडे अधिक जबाबदारी सोपविणे होय. एका पदावरून दुसऱ्या अशा पदांवर नेमणूक केली जाते की, जे पद उच्च दर्जाचे असते; तसेच त्यात कठीण स्वरूपाचे आणि अधिक जबाबदारीचे कार्य करावे लागते. यात पदाबरोबर वेतनातही वृद्धी होत असते.

विलोबी या विचावंताने बढतीचा अर्थ सेवकप्रशासनासाठी महत्त्वाचा सांगितला आहे. बढती म्हणजे सेवकांची कनिष्ठ स्तरावरील पदावरून उच्च स्तरांवरील पदांवर नेमणूक करणे होय. थोडक्यात, बढती म्हणजे कर्मचाऱ्यांची वर्तमान काळातील पदावरून त्यापेक्षा उच्च स्तरावर नेमणूक करणे ज्यात अधिक जबाबदारी, कठीण स्वरूपाचे काम आणि अधिक वेतन इत्यादींचा समावेश होतो. अशा पद्धतीने बढतीचा अर्थ स्पष्ट होतो.

बढती पद्धतीचे फायदे (Benefits)

बढतीची पद्धत कर्मचारी आणि संघटना या दोन्हींच्याही दृष्टीने फायद्याची आहे.

या पद्धतीमुळे खालील प्रकारचे फायदे होतात-

१) बढतीच्या संधीमुळे कार्यक्षम, बुद्धिमान आणि योग्य व्यक्ती संघटनेकडे आकर्षित होतात.

२) प्रशासकीय संघटनेतील सेवकांना योग्यतेनुसार बढतीची संधी असल्यामुळे त्यांचे मनोबल उच्च राहून कार्यक्षमतेत वाढ होते.

३) कार्यक्षम व्यक्तींना योग्य पुरस्कार मिळेल याची खात्री बढती पद्धतीमुळे सेवकांना वाटते. या विश्वासामुळेच सेवक संघटना सोडून जाण्याचा विचार करीत नाहीत.

४) प्रशासकीय संघटनेतील बढती पद्धतीमुळे उच्च पदासाठी अनुभवी, कार्यक्षम, योग्य व्यक्तीची निवड करणे सहज शक्य होते.

५) प्रशासकीय संघटनेतील कर्मचारी माहितीचे असल्यामुळे त्यांच्यावर अधिक जबाबदारी विश्वासाने सोपविता येते.

६) बढतीच्या पद्धतीमुळे सेवकांना सरकारी सेवा जीवन व्यवसाय म्हणून स्वीकारण्यास प्रोत्साहन देते.

७) बढतीपद्धतीमुळे सेवक समाधानी राहत असल्यामुळे संघटनेत शिस्त स्थापन करणे सोयीचे जाते.

वरील प्रकारचे फायदे बढती पद्धतीमुळे होतात.

तत्त्वे (Principles)

प्रशासकीय संघटनेत सेवकांच्या बढतीचा प्रश्न अत्यंत महत्त्वाचा मानला जातो; कारण बढती देताना योग्य, पात्र व्यक्तीला वरिष्ठ पदावर बढती मिळाली पाहिजे. सनदी सेवकांचा अनुभव व कार्यक्षमता विचारात घेऊन बढतीचे तत्त्व स्वीकारावे लागते. नागरी सेवकांना बढती देताना पुढील दोन तत्त्वांचा विचार करावा लागतो.

१) ज्येष्ठतेचे तत्त्व

२) गुणश्रेष्ठतेचे तत्त्व

१) ज्येष्ठतेचे तत्त्व (Principle of seniority) : बढतीचे हे तत्त्व अत्यंत महत्त्वाचे तत्त्व होय. नागरीसेवकांच्या सेवेचा कार्यकाल विचारात घेतला जातो. कर्मचारी किंवा अधिकारी यांनी त्यांच्या सेवेत किती काळ काम केले हे पाहून ज्येष्ठतेप्रमाणे बढती दिली जाते. प्रशासकीय संघटनेत काम करताना ज्या कर्मचाऱ्यांची सेवा जास्त काळ झाली आहे त्याला बढतीद्वारे वरिष्ठ पदावर नियुक्त केले जाते. सामान्यत: सर्वच देशांच्या सेवकप्रशासनात भरती करताना ज्येष्ठता तत्त्वांचा स्वीकार केलेला आहे. बढतीच्या ज्येष्ठता तत्त्वाचे समर्थन पुढील प्रकारच्या गुण-दोषांतून केले आहे.

ज्येष्ठता तत्त्वाचे गुण : नागरीसेवकांची भरती करताना त्यांच्या सेवेचा कार्यकाल विचारात घेऊन बढती दिली जाते.

या ज्येष्ठता तत्त्वाचे गुण खालीलप्रमाणे सांगता येतील-

१) नागरीसेवेत कर्मचाऱ्यांना बढती देताना ज्येष्ठता तत्त्वांचा अवलंब केला जातो. कारण ही पद्धती साधी, सोपी व स्पष्ट आहे. त्याचबरोबर सेवकांची सेवा किती हे पाहून, ज्यांची सेवा अधिक झाली आहे त्यांना बढती दिली जाते; त्यामुळे बढती देताना कोणत्याही कर्मचाऱ्यावर अन्याय होत नाही.

२) ज्येष्ठता तत्त्वाचा दुसरा आणि महत्त्वाचा गुण म्हणजे ज्येष्ठता तत्त्वामुळे कर्मचारी वर्गात संघर्ष होत नाही; कारण ज्येष्ठतेत कोणताही फेरबदल अथवा ज्येष्ठता डावलली जात नाही. अनुभवाप्रमाणे बढती मिळते. त्यामुळे कर्मचारी वर्गात सहकार्य निर्माण होते.

३) ज्येष्ठता तत्त्वाचा हा गुण अत्यंत महत्त्वाचा आहे; कारण ज्येष्ठतेच्या तत्त्वांमुळे सेवकांना बढती दिल्यामुळे कर्मचाऱ्यांच्या दीर्घ अनुभवाचा फायदा प्रशासकीय संघटनेला मिळतो व प्रशासकीय संघटना कार्यक्षम बनते.

४) ज्येष्ठता तत्त्वाचा हा गुण महत्त्वपूर्ण आहे. नागरी सेवकांची बढती करताना कोणत्याही प्रकारचा राजकीय दबाव येत नाही. ज्या सेवकांची ज्येष्ठता जास्त

त्यालाच बढती मिळते. त्यामुळे बढतीबाबत कोणत्याही प्रकारचा पक्षपातीपणा होत नाही.

५) ज्येष्ठता तत्त्वाचे हे गुण असे स्पष्ट करतात की, अनुभवी व ज्येष्ठ सेवकांच्या कार्याचे एक प्रकारे मूल्यमापन होऊन त्यांना प्रतिष्ठा व महत्त्व प्राप्त होते.

६) ज्येष्ठता तत्त्वानुसार बढती करताना निश्चित तत्त्वांचा अवलंब केला जातो. त्यामुळे वशिलेबाजी व भ्रष्टाचार हे दोष प्रशासनात निर्माण होत नाहीत. नागरीसेवकांचे मनोधैर्य वाढून त्यांची नैतिकता वाढते.

वरील प्रकारे ज्येष्ठता तत्त्वाचे गुण आहेत. हे गुण महत्त्वाचे असले तरी पूर्णपणे उपयुक्त व योग्य आहेत असे म्हणता येणार नाहीत; कारण ज्येष्ठता तत्त्वानुसार बढती मिळालेले सर्वच अधिकारी कार्यक्षम व पात्र असतील असे नाही. ज्येष्ठता तत्त्वानुसार योग्य नाही असा आक्षेप घेणारे विचारवंत आहेत.

बढतीच्या ज्येष्ठता तत्त्वांवरील आक्षेप किंवा दोष

१) प्रो. फिफनर हा विचारवंत असे म्हणतो की, ज्येष्ठता तत्त्व बढतीसाठी योग्य नाही; कारण ज्येष्ठतेनुसार सेवकांना बढती दिली तर प्रशासकीय संघटनेच्या वरिष्ठ पदावर अयोग्य, अपात्र सेवकांची निवड होऊन प्रशासनाचा दर्जा खालावतो. त्यामुळे प्रशासनाचा हेतू सफल होत नाही.

२) ग्लॅडन या प्रशासकीय विचावंताने असे म्हटले आहे की, ज्येष्ठता तत्त्वानुसार सेवकांना बढती देता येत नाही, कारण एकाच श्रेणीतील अनेक कर्मचारी बढतीसाठी पात्र असतात; परंतु वरिष्ठ पदे फारच थोडी असतात. त्यामुळे सर्वच कर्मचाऱ्यांना बढतीची संधी मिळू शकत नाही; साहजिक, काही कर्मचाऱ्यांवर बढतीबाबत अन्याय होऊ शकतो.

३) जेफर्सन या विचावंताने ज्येष्ठता तत्त्वांवर आक्षेप नोंदवतना असे म्हटले आहे की, प्रशासकीय संघटनेत वरिष्ठ पदे ही कनिष्ठ पदांच्या तुलनेत कमी असतात; त्यामुळे सर्वांना बढती मिळून वरिष्ठ पदावर जाता येत नाही. फार थोडे सेवक बढतीपदावर जातात व बहुतांश सेवकांना बढतीपासून दूर राहता येते.

४) एन.डी.गोरावाला या विचावंताने आपल्या प्रशासकाची भूमिका या ग्रंथात असे म्हटले आहे की, ज्येष्ठता तत्त्वानुसार काही सेवकांची इच्छा नसताना वरिष्ठ पदे मिळतात. त्यामुळे अपात्र, अकार्यक्षम अधिकाऱ्यांकडे महत्त्वाच्या जबाबदाऱ्या जातात. तसेच हुशार, पात्र, कार्यक्षम असणाऱ्या सेवकांना जेष्ठता नसल्यामुळे वरिष्ठ पदावर इच्छा असतानाही जाता येत नाही.

५) प्रो. रतनस्वामी या विचारवंताने बढतीच्या ज्येष्ठता तत्त्वावर आक्षेप नोंदवताना असे म्हटले आहे की, ज्येष्ठता तत्त्वानुसार सेवकांना बढती देता येते परंतु

कर्मचाऱ्यांच्या गुणवत्तेचा, कार्यक्षमतेचा विचार करणे महत्त्वाचे ठरते. कार्यक्षम अशा नागरीसेवा निर्माण करण्यासाठी केवळ ज्येष्ठता ही पद्धती परिपूर्ण व उपयुक्त ठरत नाही.

वरील प्रकारच्या आक्षेप किंवा दोषातून ज्येष्ठता तत्त्वानुसार बढती करणे या पद्धतीत दोष आढळून येत असले तरी ही पद्धत पूर्णपणे निरुपयोगी आहे, असे म्हणता येणार नाही. काही प्रमाणात ज्येष्ठता तत्त्वाचे महत्त्व मान्य करावे लागेल. संघटनेतील विविध पदांच्या परिस्थितीप्रमाणे ज्येष्ठता तत्त्वांचा अवलंब करणे योग्य ठरेल.

२) गुणश्रेष्ठतेचे तत्त्व (Principle of Merit) **:**

गुणश्रेष्ठतेचे तत्त्व हे नागरी सेवेत सेवकांची वरिष्ठ पदांची बढती करताना स्वीकारण्यात येते. कनिष्ठ स्तरांवरील जी व्यक्ती योग्य पात्रतेची असेल तिला वरिष्ठ पदावर बढती दिली जाते. जे सेवक कार्यक्षम असतील ते बढतीस पात्र समजले जातात. गुणश्रेष्ठतेच्या तत्त्वात सेवकाने किती काळ सेवा केली याचा विचार केला जात नाही; तर प्रशासकीय संघटनेतील तरुण, हुशार पात्र व उत्साही सेवकवर्गाला बढती मिळते. त्यामुळे त्यांच्या ज्ञानाचा प्रशासकीय संघटनेला फायदा होतो.

गुणश्रेष्ठतेच्या तत्त्वानुसार नागरीसेवकांना बढती देताना सेवकांची पात्रता ठरविणे हा प्रश्न अत्यंत महत्त्वाचा मानला जातो.

नागरीसेवकांची पात्रती तीन पद्धतींद्वारे ठरविता येते-

१) स्पर्धा परीक्षा २) कार्यक्षमतेचे मोजमाप ३) वरिष्ठ अधिकाऱ्यांचे मत

वरील तीन पद्धतींचे विश्लेषण खालीलप्रमाणे करता येईल-

१) स्पर्धा परीक्षा (Competitive Examination) : नागरी सेवेतील कर्मचाऱ्यांची पात्रता ठरविण्यासाठी स्पर्धा परीक्षा घ्यावी लागते. लोकसेवा आयोग किंवा संबंधित खात्यामार्फत परीक्षा घेऊन कर्मचाऱ्यांची गुणश्रेष्ठता ठरविली जाते.

स्पर्धा परीक्षेचे तीन प्रकार आहेत ते खालीलप्रमाणे सांगता येतील -

अ) खुली स्पर्धा परीक्षा :

प्रशासकीय संघटनेतील अथवा बाहेरील कोणतीही व्यक्ती या स्पर्धा परीक्षेला बसू शकते. ही स्पर्धा सर्व कर्मचाऱ्यांना खुली असते. ज्या व्यक्तींना या परीक्षेत जास्त गुण मिळतात, त्या हुशार कर्मचाऱ्यांची निवड होऊन त्यांना वरिष्ठ पदावर नियुक्त केले जाते. तसेच प्रशासकीय संघटनेबाहेरील व्यक्तीही स्पर्धा परीक्षेतून वरिष्ठ पदे मिळवू शकतात.

ब) मर्यादित स्पर्धा परीक्षा :

प्रशासकीय संघटनेतील कर्मचाऱ्यांनी काही विशिष्ट काळासाठी नोकरी केली आहे, अशा कर्मचाऱ्यांना स्पर्धा परीक्षेला बसता येते. या परीक्षेत गुणवत्तेबरोबर

ज्येष्ठतेला महत्त्व दिले जाते. केंद्र सरकारच्या विविध खात्यांतील विभागीय अधिकारी, शाखा-उपशाखा अधिकारी, स्टेनोग्राफर्स इत्यादी पदे भरताना अशी मर्यादित स्पर्धा परीक्षा पद्धती स्वीकारली जाते.

क) साधी उत्तीर्ण परीक्षा :

ही परीक्षा पद्धती सर्वांना खुली असते. या परीक्षेत उत्तीर्ण होणे अथवा ठराविक मार्क्स मिळविणे ही अट असते. कर्मचारी ही परीक्षा उत्तीर्ण झाले की त्यांना बढती दिली जाते. उदा. ही पद्धती लिपिक, टायपिस्ट, स्टेनो अशा पदांसाठी परीक्षा स्वीकारली जाते.

वरील तीन प्रकारच्या परीक्षांद्वारे सेवकांची योग्यता ठरविता येते. स्पर्धा परीक्षेतून व्यक्तीची बुद्धिमत्ता, हुशारी समजून येते परंतु नेतृत्व, कर्तव्यतत्परता, व्यवहार-निपुणता हे गुण समजून येणार नाहीत स्पर्धा परीक्षेत असे दोष असले तरीसुद्धा स्पर्धा परीक्षेमुळे सर्वांना समान संधी मिळते; यातून बढतीची संधी घेऊ शकतो.

२) कार्यक्षमतेचे मोजमाप (Efficiency) : नागरी सेवकांच्या गुणश्रेष्ठतेचे तत्त्व म्हणजे कार्यक्षमतेचे मोजमाप होय. सेवकांच्या कार्यसंबंधीचे दफ्तर नोंदीच्या आधारे तपासून त्यांची योग्यता किंवा पात्रता ठरविणे होय. सेवकांच्या सेवेचा तुलनात्मक अभ्यास करून सेवकांची गुणवत्ता ठरविली जाते. त्या गुणवत्तेनुसार सेवकांना वरिष्ठ पदावर बढती दिली जाते. सेवेचे रेकॉर्ड, सेवेचे पुस्तक व व्यक्तिगत नोंद, गोपनीय अहवाल इत्यादी घटकांद्वारे सेवकांच्या योग्यतेचे गुणश्रेष्ठतेचे मोजमाप केले जाते. यातून सेवकांचे ज्ञान, कौशल्य, कार्यक्षमता, वर्तणूक, चारित्र्य, समयसूचकता इत्यादी गोष्टींची नोंद ठेवली जाते. या नोंदीचा अभ्यास करून कर्मचाऱ्यांचे सामान्य असामान्य व कनिष्ठ असे वर्ग पाडले जातात. यातूनच कर्मचाऱ्यांच्या बढतीसाठी योग्यता ठरविली जाते. नागरी सेवेतील कर्मचाऱ्यांच्या कार्यक्षमतेचे मोजमाप पुढील पद्धतीने केले जाते.

अ) सेवकांच्या उत्पादनक्षमतेवर त्यांची कार्यक्षमता ठरविणे.

ब) सेवकांचे गुण, प्रवृत्ती यांच्या आधारे कार्यक्षमता पाहणे.

क) नागरीसेवेतील कर्मचाऱ्यांच्या वर्तणुकीचे तसेच कामाचे मोजमाप पाडून कार्यक्षमता ठरविणे.

वरील प्रकारच्या पद्धतीचा अभ्यास करून कर्मचाऱ्यांना बढती देताना कार्यक्षमतेचे मोजमाप - या तत्त्वांचा अवलंब केला जातो.

३) वरिष्ठ अधिकाऱ्यांचे मत (The Personal Judgement of the Head of the Department) : प्रशासकीय संघटनेतील कर्मचाऱ्यांना बढती देताना त्या कर्मचाऱ्यांच्या वरिष्ठ अधिकाऱ्याचे मत विचारात घेतले जाते कारण वरिष्ठ अधिकारी

कर्मचाऱ्यांवर नियंत्रण ठेवत असतो; त्यामुळे त्याला कर्मचाऱ्यांचे गुण-दोष यांबाबतीत अधिक माहिती असते. कर्मचाऱ्यांना वरिष्ठ पदावर बढती देताना वरिष्ठ अधिकाऱ्याचे मत हे तत्त्व महत्त्वपूर्ण मानले जाते.

वरिष्ठ अधिकाऱ्याचे मत विचारात घेऊन बढती देणे या पद्धतीत दोष आढळून येतात; कारण वरिष्ठ अधिकारी व्यक्तिसापेक्ष पद्धतीने कर्मचाऱ्यांचे मूल्यमापन करतात तेव्हा विभागप्रमुखाच्या मताला काही प्रमाणात मर्यादा येतात. एक किंवा दोन अधिकाऱ्यांची मते विचारात घेऊन कर्मचाऱ्यांची योग्यता तपासली पाहिजे; तसेच अपील पद्धतीचा स्वीकार करून या पद्धतीतीतील दोष दूर केले पाहिजेत. त्यावेळेस योग्य, पात्र कर्मचाऱ्यांना बढती मिळू शकेल.

प्रशासकीय संघटनेत सेवकवर्गाला बढती देण्यासाठी ज्येष्ठता व गुणश्रेष्ठता या दोन तत्त्वांचा अवलंब केला जातो. प्रत्येक देशाच्या प्रशासनात सेवकांना बढती देताना या दोन्ही तत्त्वांचा वापर कमीअधिक प्रमाणात केला जातो. उदा. भारतात प्रथम श्रेणीच्या सेवेत ४५ टक्के जागा बढतीद्वारे तर ५५ टक्के जागा भरतीद्वारे भरल्या जातात. द्वितीय श्रेणीतील ६५ टक्के पदे कनिष्ठ सेवकांना बढती देताना ज्येष्ठता व गुणश्रेष्ठता या दोन्ही तत्त्वांचा वापर पदांच्या स्वरूपाप्रमाणे परिस्थितीप्रमाणे केला जातो.

सराव प्रश्न :

१) सनदी सेवेचा अर्थ सांगा.
२) सनदी सेवेची कार्ये लिहा.
३) सनदी सेवेचे मूल्यमापन करा.
४) भरतीच्या पद्धती सांगा.
५) भरतीसाठी आवश्यक पात्रता लिहा.
६) भरतीसाठी आवश्यक परीक्षांचे प्रकार सांगा.
७) प्रशिक्षणाची व्याख्या, हेतू व प्रकार लिहा.
८) भारतातील प्रशिक्षण व्यवस्था सांगा.
९) बढतीची व्याख्या सांगून अर्थ लिहा.
१०) बढतीची तत्त्वे लिहा.
११) बढती पद्धतीचे गुण सांगा.

प्रकरण ३

अंदाजपत्रक

Budget

अ) **अर्थसंकल्पाचा अर्थ, प्रकार आणि तत्त्वे**
(Meaning and Types and Principles of Sound Budget)

ब) **भारतातील अंदाजपत्रकाची प्रक्रिया** (Budgetary process in India)

क) **जेंडर बजेंटिंग** (Gender Budgeting)

प्रस्तावना (Introduction)

संघटनेच्या प्रशासकीय कार्याचे वर्णन ल्युथर ग्युलिक यांनी पोस्डकॉर्ब (Posdcorb) कार्ये असे केले आहे. त्यातील बजेटिंग किंवा आर्थिक तरतूद करणे हा भाग कोणत्याही संघटनेचा पाया असतो. आर्थिक तरतुदीखेरीज म्हणजेच पैशाखेरिज कोणतेही काम होत नाही. प्रशासन चालविताना तर त्याची गरज अधिकच असते. मात्र, हा पैसा वापरताना त्याचे योग्य नियोजन व वापर करणे जरुरीचे असते. कारण हा पैसा सार्वजनिक असतो व लोकांकडून कर रूपाने गोळा केलेला असतो. अधुनिक काळात शासनाचे कार्यक्षेत्र अधिक व्यापक झाल्याने खर्चही त्याच प्रमाणात मोठा होत जातो. त्यामुळे या पैशाचे काटेकोर नियंत्रण व नियोजन जरुरीचे ठरते. त्यामुळे वित्तीय प्रशासनाला महत्त्व आलेले दिसते. विविध शासकीय कामे, लोककल्याणकारी योजना इत्यादींसाठी आवश्यक पैसा उभा करणे, त्याचा वापर करणे आणि खर्च होणाऱ्या पैशाचा योग्यरितीने हिशोब ठेवणे या तिन्ही गोष्टी आर्थिक प्रशासनात महत्त्वाच्या मानल्या जातात. शासनाचे उत्पन्न व खर्च यांचे नियोजन, त्यानुसार प्रत्यक्ष कार्यवाही आणि नियंत्रण अशा तीन अवस्था आर्थिक प्रशासनामध्ये अभ्यासणे गरजेचे आहे.

आर्थिक प्रशासनामध्ये अंदाजपत्रक हा महत्त्वाचा भाग मानला जातो. अर्थसंकल्प सरकारमार्फत तयार केला जातो. संसदेमध्ये दरवर्षी शासनाचे आगामी वर्षातील 'आय' आणि व्यय याबाबतीतील जे अंदाज सादर केले जातात त्यास 'अंदाजपत्रक' म्हणतात. त्यास tool of legislative control म्हणजेच शासनावरील विधिमंडळाच्या नियंत्रणाचे हत्यार असेही म्हणतात. अंदाजपत्रकात देशातील गरजा भागविण्यासाठी खर्चाची तरतूद कशी करता येईल याविषयी अंदाज बांधला जातो. नंतर हा खर्च करण्यासाठी उत्पन्न कशारितीने उभे करावयाचे याविषयी मार्ग शोधले जातात. उत्पन्न आणि खर्चासंबंधी विधिमंडळ कायदे पास करून घेते. उत्पन्न आणि खर्चाची खाती उघडली जातात. उत्पन्न आणि खर्चामध्ये येणाऱ्या तरतुदींची वैधानिकता लेखापरिक्षा विभागाकडून तपासली जाते. अंदाजपत्रकामुळे शासनाला आपल्या उत्पन्नाचे आणि खर्चाचे भान राहते. अंदाजपत्रक तयार करण्यापासून ते कायदेमंडळाने मंजूर करेपर्यंतची प्रक्रिया ही एक व्यापक प्रक्रिया आहे. वेगवेगळ्या राज्यव्यवस्थांमध्ये अर्थसंकल्प तयार करण्याची प्रक्रिया वेगळी आहे. परंतु एक समानता म्हणजे अर्थसंकल्पाला कायदेमंडळाची मंजुरी मिळावी लागते. अर्थसंकल्प हा जरी सरकारतर्फे तयार केला जात असला तरी राजकीय पक्ष, दबाव गट, विविध सामाजिक गट यांचा प्रत्यक्ष-अप्रत्यक्ष स्वरूपात अर्थसंकल्पावर प्रभाव पाडतो. इंग्लंड व भारत या संसदीय शासनपद्धती असलेल्या देशांत अर्थसंकल्पाला अत्यंत महत्त्व आहे; कारण अंदाजपत्रक कनिष्ठ सभागृहाने मंजूर केल्याशिवाय सरकारला खर्च करता येत नाही. अंदाजपत्रक जर कनिष्ठ सभागृहाने पूर्णत: किंवा काही प्रमाणात नामंजूर केले तर मंत्रिमंडळाला राजीनामा द्यावा लागतो.

अ) अर्थ, प्रकार आणि तत्त्वे (Meaning, and Types & Principples)

अर्थसंकल्प (Budget) हा शब्द Bougette या फ्रेंच शब्दावरून निर्माण झाला Bougette म्हणजे चामड्याची पिशवी. अर्थमंत्री अंदाजपत्रकाची कागदपत्रे अशा पिशवीत ठेवत असे व कायदेमंडळात अर्थसंकल्प सादर करताना पिशवीतून बाहेर काढीत असे. तेव्हापासून बजेट हा शब्द वापरला जाऊ लागला. बजेट म्हणजे शासनाचा जमा-खर्च असा सरळ अर्थ काढला जातो.

व्याख्या

१) 'अंदाजपत्रक म्हणजे आर्थिक वर्षासाठी तयार केलेली योजना होय. यात जमा व खर्चाचा उल्लेख असतो.' – **मन्रो**

२) अंदाजपत्रक म्हणजे सरकारी जमा व खर्च यांसंबंधी केलेले एक अनुमान आहे व यासंबंधांत अधिकार देणारा आदेश आहे.' – **जी.जेज**

३) ‘एका विशिष्ट कालखंडासाठी केलेली सरकारची आर्थिक योजना म्हणजे अंदाजपत्रक होय.’ – **टेलर**

अर्थ :

वरील व्याख्यांमधून अंदाजपत्रक या शब्दाचा अर्थ स्पष्ट होतो. अर्थसंकल्प ही विविध घटकांशी निगडित एक व्यापक प्रक्रिया आहे. ही प्रक्रिया केवळ जमा-खर्चाच्या नोंदीची प्रक्रिया नाही. राज्यसंस्थांच्या राज्यकारभाराची दिशा अर्थसंकल्पामधून स्पष्ट होते; तसेच सरकारच्या धोरणांची मांडणी अर्थसंकल्पामध्ये केलेली दिसून येते. ‘अंदाजपत्रक म्हणजे देशाच्या अर्थव्यवस्थेचा आरसा आहे. देशाची आर्थिक स्थिती कशी आहे, हे अंदाजपत्रकावरून दिसून येते.’

अंदाजपत्रक आगामी वर्षासाठी तयार केले जाते. यामध्ये जमा-खर्चाचे अंदाज काढलेले असतात. परंतु ते देखील अचूक असावे लागतात. अचानकपणे जर अर्थव्यवस्थेमध्ये बिघाड निर्माण झाला तर अर्थसंकल्पीय जमा-खर्चाच्या तरतुदी पूर्ण करणे कठीण जाते; म्हणूनच अधिक वास्तव अंदाजपत्रक तयार करणे हे आर्थिक विकासाला पोषक मानले जाते.

कोणत्याही देशाच्या विकासामध्ये अर्थसंकल्प ही एक महत्त्वाची प्रक्रिया असते. अर्थसंकल्पाचे वेगवेगळे प्रकार आहेत. एखाद्या देशात राजकीय व्यवस्था कोणत्या स्वरूपाची आहे यावरून अर्थसंकल्पाचे प्रकार निश्चित होतात. राजकीय व्यवस्थेची रचना व धोरणे याचे प्रतिबिंब अर्थसंकल्पात पडत असते; यामुळे अर्थातच अर्थसंकल्पाचे प्रकार देखील वेगवेगळे पडतात. अर्थसंकल्प किंवा अंदाजपत्रक कोण तयार करते त्यावरून अंदाजपत्रकाचे प्रकार ठरतात. त्याचबरोबर संख्या, कालावधी व स्वरूपावरून देखील अंदाजपत्रकाचे प्रकार ठरतात कायदेमंडळ, कार्यकारी मंडळ किंवा एखाद्या आयोगाने तयार केलेले अंदाजपत्रक, एकात्कक, अनेकात्मक, अल्पकालीन, दीर्घकालीन, फायद्याचा, तुटीचा असे अंदाजपत्रकाचे विविध प्रकार पडतात.

अंदाजपत्रकाचे प्रकार

१) कार्यकारी मंडळ पद्धतीचा अर्थसंकल्प

अर्थसंकल्पाचा हा एक महत्त्वाचा प्रकार आहे. या प्रकारात कार्यकारी मंडळ अर्थसंकल्प तयार करते. शासनाचे वेगवेगळे विभाग या प्रक्रियेमध्ये सहभागी होतात. कार्यकारी मंडळ हे प्रत्यक्ष राज्यकारभार करत असते; यामुळे आर्थिक स्थिती व गरजा यांची वास्तव माहिती त्यांना असते. कार्यकारी मंडळाने अर्थसंकल्प तयार

केल्यानंतर तो कायदेमंडळाकडे मान्यतेसाठी पाठविला जातो. कायदेमंडळाने मान्यता दिल्यानंतर अर्थसंकल्प अंमलात येतो. हा प्रकार आदर्श मानला जातो; कारण विकासाची जबाबदारी कार्यकारी मंडळावर असते यामुळे आपल्या धोरणांना अनुकूल असा अर्थसंकल्प त्यांना तयार करता येतो.

२) कायदेमंडळ पद्धतीचा अर्थसंकल्प

अर्थसंकल्प कोण तयार करते यावरून अर्थसंकल्पाचा हा प्रकार पडतो. या प्रकारामध्ये कायदेमंडळ स्वत:च अर्थसंकल्प तयार करते व त्याला मंजुरी देते. हा प्रकार फारसा चांगला मानला जात नाही; कारण कायदेमंडळाला प्रशासकीय कामकाजाचे फारसे ज्ञान नसते. यामुळे आवश्यक व वास्तव अर्थसंकल्प तयार होईलच असे नाही. लोकशाही पद्धतीमधील कायदेमंडळे जरी जनतेला जबाबदार असली तरी राज्यकारभाराचा अनुभव हा महत्त्वाचा असतो; तसेच कार्यकारी मंडळाची गरज विचारात घ्यावी लागते.

३) आयोग पद्धतीचा अर्थसंकल्प

या प्रकारामध्ये अंदाजपत्रक तयार करण्यासाठी एखादा आयोग किंवा मंडळ स्थापन केले जाते व या आयोगामार्फत अर्थसंकल्प तयार केला जातो. या प्रकाराचा फायदा असा की, तज्ज्ञ लोक या आयोगावर नियुक्त करता येतात व असे लोक अंदाजपत्रक तयार करतात. परंतु यामध्ये दोष असा की, अशा तज्ज्ञ लोकांचा जनतेशी फारसा संबंध नसतो व जनतेचा प्रश्न, गरजा काय आहेत हे त्यांना माहिती नसते यामुळे आयोगाकडून वास्तव अंदाजपत्रक तयार होईलच असे नाही.

४) एकात्मक एकल अर्थसंकल्प

अर्थसंकल्पाच्या संख्येनुसार हा प्रकार पडतो. जर शासनाच्या सर्व विभागासाठी एकच अर्थसंकल्प असेल तर याला 'एकात्मक एकल अर्थसंकल्प' असे म्हटले जाते. या एकाच अर्थसंकल्पात संरक्षण, कृषी, शिक्षण इ. विभागांचा जमा-खर्च समाविष्ट केला जातो. जगातील अनेक देशात एकात्मक अर्थसंकल्पाची पद्धती अस्तित्त्वात आहे.

५) अनेकात्मक बहुल अर्थसंकल्प

ज्या वेळी सरकारच्या वेगवेगळ्या विभागांसाठी वेगवेगळा अर्थसंकल्प तयार केला जातो, तेव्हा तो 'अनेकात्मक बहुल अर्थसंकल्प' असतो. शासनाचे जे वेगवेगळे विभाग असतात त्या विभागांचा वेगळा अर्थसंकल्प असतो. प्रत्येक विभागाच्या संतुलित विकासाच्या दृष्टीने ही पद्धती चांगली मानली जाते. भारतासारख्या लोकशाही देशात 'सर्वसाधारण अर्थसंकल्प' व 'रेल्वे अर्थसंकल्प' असे दोन अर्थसंकल्प तयार केले जातात.

६) अल्पकालीन व दीर्घकालीन अर्थसंकल्प

अर्थसंकल्पाचा कालावधी किती आहे यावरून अल्पकालीन व दीर्घकालीन, अर्थसंकल्प असे दोन प्रकार पडतात. अनेक देशांमध्ये अर्थसंकल्प एक वर्ष कालावधीचे असतात; हे अल्पकालीन अंदाजपत्रक मानले जाते; जर एकवर्षापेक्षा जास्त कालावधी असेल तर तो अर्थसंकल्प दीर्घकालीन मानला जातो. अल्पकालीन अर्थसंकल्प हा अधिक आदर्श मानला जातो. कारण गरजेनुसार दरवर्षी वेगवेगळ्या विभागांना वेगळ्या तरतुदी अर्थसंकल्पात करता येतात, जर दीर्घकालीन अर्थसंकल्प असेल तर नैसर्गिक आपत्ती, आर्थिक क्षेत्रांत झालेले बदल यानुसार जे बदल करावे लागतात; ते बदल यामध्ये करता येत नाहीत.

७) फायद्याचा आणि तुटीचा अर्थसंकल्प

अर्थसंकल्पाच्या स्वरूपावरून फायद्याचा अर्थसंकल्प व तुटीचा अर्थसंकल्प असे प्रकार पडतात; जर अर्थसंकल्पात खर्चापेक्षा जमेची बाजू अधिक असेल तर तो 'फायद्याचा अर्थसंकल्प' असतो; जर देशाची आर्थिक स्थिती चांगली असेल तर फायद्याचा अर्थसंकल्प तयार केला जातो. दीर्घकालीन विकासाच्यादृष्टीने 'फायद्याचा अर्थसंकल्प' चांगला मानला जातो.

जर अर्थसंकल्पात जमेपेक्षा खर्चाची बाजू अधिक असेल तर तो तुटीचा अर्थसंकल्प मानला जातो. या अर्थसंकल्पात तूट कशी भरून काढणार, हा प्रश्न असतो. देशाच्या अर्थव्यवस्थेच्या हिताच्यादृष्टीने तुटीचा अर्थसंकल्प योग्य मानला जात नाही.

अर्थसंकल्पाची तत्त्वे:

अर्थसंकल्प तयार करताना राज्यकर्त्या व प्रशासक वर्गाला काही बाबींची दक्षता घ्यावी लागते. आय आणि व्ययात संतुलन असावे आणि त्यात तफावत जर वाढली तर त्यामुळे भाववाढ होते. या तत्त्वांवर आधारित अर्थसंकल्प देशाच्या आर्थिक समस्या योग्यप्रकारे सोडवू शकतो. इंग्लंड या देशातील एकोणिसाव्या शतकातील अर्थशास्त्राचा अभ्यासक ग्लाडस्टोन यांनी अंदाजपत्रकाच्या आधारभूत तत्त्वांची तपशीलवार चर्चा केली आहे. त्यांच्या मते, अर्थसंकल्पाची आधारभूत तत्त्वे खालील प्रमाणे आहेत.

१. आय व्ययांचे संतुलन :

ज्या अंदाजपत्रकात उत्पन्न आणि खर्च यांचे अंदाज बरोबर असतात त्याला संतुलित अर्थसंकल्प असे म्हणतात.' उत्पन्नापेक्षा खर्चकमी असणे हे या अंदाजपत्रकाचे वैशिष्ट्य असते. शिल्लक निधीमधून आकस्मिक खर्च भागविण्यासाठी मदत होते.

आर्थिक मंदीच्या काळात नागरिकांना रोजगार व अन्य सुविधा उपलब्ध करून देण्यासाठी तुटीच्या अर्थसंकल्पाची प्रथा लॉर्ड केन्स या अर्थशास्त्रज्ञाने मांडली. तुटीच्या अर्थसंकल्पामुळे चलनवाढ, महागाई, बेकारी, क्रयशक्तीचा ऱ्हास व आर्थिक मंदी यांचा सतत धोका असतो. देशाच्या आर्थिक परिस्थितीसाठी 'आय' व 'व्यय' यांचे संतुलन असणे गरजेचे असते.

२. रोखीच्या आधारावर अर्थसंकल्प:

अर्थसंकल्प तयार करीत असताना आर्थिक वर्षात प्रत्यक्षात रोखी स्वरूपात किती उत्पन्न आणि खर्च होणार आहे, याचा अंदाज असला पाहिजे. मागील आर्थिक वर्षातील वसुलीची बाकी किंवा मागील आर्थिक वर्षाची दिली जाणारी रक्कम जर चालू आर्थिक वर्षात द्यावयाची असेल, तर त्याबाबतचे रोख अंदाज चालू वर्षाच्या अंदाजपत्रकात आले पाहिजेत. रोखीच्या तत्त्वावर आधारलेल्या अर्थसंकल्पामुळे आर्थिक वर्ष संपताच हिशोब पूर्ण करण्यात मदत होते, आणि आर्थिक स्थितीही स्पष्ट होते, याला रोखीच्या 'आधारावरील अर्थसंकल्प' असे म्हणतात.

३. एकच अर्थसंकल्प :

हे अर्थसंकल्पाचे एक तत्त्व आहे, सरकारच्या पूर्ण आर्थिक व्यवहारासाठी एकच अर्थसंकल्प असणे सोयीचे असते. त्यास 'एकच अर्थसंकल्प असे म्हणतात'. प्रत्येक प्रशासकीय विभागाचे वेगळे अंदाजपत्रक असू नये. भारतात २०१४ च्या अगोदर दोन प्रकारचे अर्थसंकल्प होते, (१) सार्वजनिक अर्थसंकल्प व (२) रेल्वे खात्याचा अर्थसंकल्प रेल्वे. खात्याने मिळविलेला नफा काही प्रमाणात राज्य सरकारला दिल्यानंतर रेल्वेच्या विकासासाठी खर्च करण्यात यावा ही त्यामागची भूमिका आहे. परंतु सद्यस्थितीत भारतात एकच अर्थसंकल्प अस्तित्वात आहे.

४. संपूर्ण खर्चाचा अर्थसंकल्प :

अर्थसंकल्पाचे हे तत्त्व म्हणजे अर्थसंकल्पात संपूर्ण खर्च (Gross Expenditure) दाखविण्यात यावा व तो निव्वळ स्वरूपाचा नसावा, त्या संपूर्ण खर्चाला अर्थसंकल्प असे म्हणतात.' काही प्रशासकीय विभागांचे उत्पन्न वसूल करण्यासाठी (Net Expenditure) प्रशासकीय व अन्य खर्च होत असतो. असा खर्च वजा करून प्राप्त झालेले निव्वळ उत्पन्न अर्थसंकल्पात दाखविण्यात येऊ नये. एकूण मिळालेले उत्पन्न आणि ते उत्पन्न मिळविण्यासाठी केलेला खर्च असे दोन्ही आकडे अर्थसंकल्पात आल्यास अर्थ संकल्पातील आकडेवारी वास्तव स्वरूपाची असेल.

भारतात पूर्वी जमीन महसूल गोळा करण्यासाठी बिगर सरकारी व्यक्ती काम करीत होत्या वसूल झालेल्या रकमेतून पाच टक्के रक्कम आपल्या जवळ ठेवून बाकीची

रक्कम कोषागारामध्ये जमा केली जाते. त्या कापून घेतलेल्या रकमेला 'पाचोत्रा' म्हणून ओळखण्यात येत असे. या पाच टक्के रकमेची नोंद अर्थसंकल्पात होत नसे.

५. आवृत्त (Closed) स्वरूपाचा अर्थसंकल्प :

अर्थसंकल्प तयार करीत असताना प्रत्येक खात्याला अपेक्षित उत्पन्न आणि खर्च याची प्रमाणित जाणीव असते. परंतु व्यवहारात अपेक्षित उत्पन्न कमी आणि खर्च जास्त दाखविण्याची चुकीची पद्धत दिसून येते. अपेक्षित खर्च आणि उत्पन्न यांचे अंदाज आवृत्त (Closed) स्वरूपाचे असले पाहिजे. त्यामुळे सरकारला विनाकारण कर आकारणी करावी लागणार नाही. काही खात्यांना अंदाजपत्रकात तरतूद करण्यात आलेल्या पूर्ण निधीची आवश्यकता नसते. परंतु संसदेने त्यास मान्यता दिली असल्याने; तो सर्व निधी अनाठायी खर्च करण्याची प्रवृत्ती प्रशासकीय विभागात दिसून येते.

जास्त पैसे खर्च करणारा विभाग कार्यक्षम व कमी पैसे खर्च करणारा विभाग अकार्यक्षम असा चुकीचा समज प्रचलित आहे. त्यामुळे प्रशासकीय खात्याने वाजवीपेक्षा जास्त पैशाचा आग्रह करू नये, अशी वित्तमंत्रालयाची अपेक्षा असते. यासाठी प्रशासकीय खात्यांना खर्च करण्यासाठी एकरकमी निधी देण्याची प्रथा बंद करण्यात यावी असे केंद्रीय अंदाज समितीने सुचविले आहे.

६. वार्षिक अंदाजपत्रक:

देशाचा अर्थसंकल्प दर वर्षी तयार करण्यात यावा आणि त्याची मर्यादा एक वर्षाची असावी, कारण व्यावहारिक दृष्टिकोनातून एक वर्षाचा आर्थिक काळ योग्य असतो. उत्पन्न आणि खर्च यांची मान्यता दरवर्षी घ्यावी लागते. काही खर्च हे स्थायी स्वरूपाचे असतात आणि ते खर्च संचित निधीतून करण्यात येतात. त्या खर्चासाठी दरवर्षी मान्यता घेण्याची गरज नसते.

७. व्यपगत (lapsed) नियम:

अर्थसंकल्पात दाखविण्यात आलेली रक्कम काही कारणांमुळे त्या आर्थिक वर्षात पूर्णपणे खर्च होत नाही. अशा वेळी शिल्लक राहिलेली रक्कम वित्त मंत्रालयाकडे परत केली जाते त्यास 'व्यपगतीचा नियम' असे म्हणतात. गरजेपेक्षा जास्त रकमेचा अंदाज केल्यामुळे किंवा आकस्मिक अडचणी निर्माण झाल्यामुळे अशी परिस्थिती निर्माण होते. त्या वर्षी खर्च न झालेली रक्कम 'व्यपगत' (lapsed) समजण्यात येते.

म्हणजेच पुढील आर्थिक वर्षात ती रक्कम कायद्याने वापरता येत नाही. यासाठी वित्त मंत्रालयाने प्रशासकीय खात्याना असे सुचविले आहे की, जर त्या प्रशासकीय खात्यात कार्य सुरू असेल तर त्याचा खर्च पुढील आर्थिक वर्षात पूरक अनुदान म्हणून देण्यात येईल. यामुळे अनावश्यक खर्चास आळा बसेल.

ब) भारतातील अंदाजपत्रकाची प्रक्रिया (Budgetary Process in India)

लोकशाही देशांमध्ये अंदाजपत्रकाची प्रक्रिया महत्त्वाची मानली जाते. प्राथमिक अवस्थेपासून ते संसदेची मंजुरी मिळेपर्यंत अंदाजपत्रकाला विविध अवस्थांमधून जावे लागते. संपूर्ण प्रक्रियेमध्ये सहभागी असलेल्या व्यक्तींना अत्यंत दक्षपणे कार्य करावे लागते. अंदाजपत्रक हे जरी अर्थमंत्री व मंत्रिमंडळ तयार करते, असे म्हटले जात असले तरी वास्तवात असे आहे की, विविध दबाव गट, राजकीय पक्ष, विविध विभाग, संस्था यांचा प्रभाव अर्थसंकल्पाच्या प्रक्रियेवर पडत असतो.

अंदाजपत्रक कोणत्या महिन्यापासून अमलात येणार हेदेखील महत्त्वाचे असते. भारतात आर्थिक वर्ष १ एप्रिलला सुरू होते व ३१ मार्चला संपते. इंग्लंडमध्ये देखील असेच आर्थिक वर्ष आहे. अमेरिका व काही युरोपियन देशांमध्ये १ जुलैला आर्थिक वर्षाची सुरुवात होते व ३० जूनला संपते. देशातील उत्पादन प्रक्रिया व कर संकलन यांचा विचार करून आर्थिक वर्ष निश्चित केले जाते. अर्थसंकल्प तयार करण्याची प्रक्रिया साधारणपणे सहा ते सात महिने चालते.

१) अर्थसंकल्पासाठी माहिती जमा करणे

अर्थसंकल्पाच्या प्रक्रियेमधील ही पहिली अवस्था आहे. शासनाच्या विविध विभागांसाठी अर्थसंकल्पात तरतुदी केल्या जातात. यामुळे विविध विभागांकडून अर्थमंत्रालयापर्यंत माहिती मागविली जाते. भारतामध्ये ही प्रक्रिया ऑगस्ट महिन्यात सुरू होते. गेल्या काही वर्षांमध्ये प्रत्येक विभागाने किती खर्च केला व आगामी वर्षासाठी किती निधीची आवश्यकता आहे, अशा स्वरूपाची माहिती विभागांकडून मागविली जाते.

प्रत्येक विभागाकडून येणारी माहिती किती अचूक आहे याची तपासणी केली जाते. माहिती जर अचूक असेल तरच वास्तव अंदाजपत्रक तयार करता येते. अर्थमंत्रालय माहितीचे विश्लेषण करते. काही सरकारी व बिगर सरकारी संस्थांच्या अहवालाचा आधारदेखील यासाठी घेतला जातो. एकूणच अर्थसंकल्पीय प्रक्रियेमध्ये माहिती जमा करणे ही महत्त्वाची प्रक्रिया आहे.

२) अर्थमंत्र्याकडून अर्थसंकल्प तयार करणे

अर्थमंत्रालयाकडे विविध विभागांकडून जी माहिती प्राप्त होते तिचे विश्लेषण केल्यानंतर प्रत्यक्ष अर्थसंकल्प तयार करण्याची प्रक्रिया सुरू होते. अर्थमंत्री हे स्वत: उद्योगपती, कामगार, व्यापारी, इ.च्या संघटनांबरोबर आगामी अर्थसंकल्पाबाबत चर्चा करतात. तसेच अर्थतज्ज्ञ व आर्थिक नियतकालिकांचे संपादक यांच्याबरोबर देखील चर्चा करतात.

अर्थसंकल्पीय अंदाजाची तीन विभागांत विभागणी केली जाते.

अ) चालू योजना : जे विषय व योजना कायमपणे चालू असतात त्याविषयीच्या अंदाजांचे मूल्यमापन खर्च विभागांमार्फत केले जाते. या मूल्यमापनामधून त्या योजनांची प्रगती दिसून येते.

ब) नवीन योजना : पुढील वर्षात सुरू होणाऱ्या नवीन योजनांचे मूल्यमापन आर्थिक बाबीसंबंधी विभागामार्फत केले जाते. नवीन योजनांची गरज आहे का व त्यावरील होणारा खर्च याची योग्यपणे तपासणी केली जाते. एकावेळी किती नवीन योजना सुरू करायच्या याचा विचार करावा लागतो.

क) स्थायी खर्च : कायमस्वरूपी संस्थांचे वेतन, भत्ते व इतर खर्च यांचा समावेश या खर्चात केला जातो. याबाबतचे निरीक्षण व तपासणी अंदाजपत्रकीय विभागामार्फत होते.

अर्थमंत्रालयात मंत्र्यांच्या मार्गदर्शनाखाली अर्थसंकल्पाचा प्राथमिक आराखडा तयार केला जातो. अंतिम अंदाजपत्रक तयार होईपर्यंत यामध्ये बदल होऊ शकतात अर्थसंकल्प तयार करण्याची प्रक्रिया ही गोपनीय ठेवली जाते. महत्त्वाच्या बाबी बाहेर समजणार नाहीत, याची दक्षता अर्थमंत्र्यांना घ्यावी लागते.

३) मंत्रिमंडळाची मान्यता :

संसदीय शासन पद्धतीमध्ये मंत्रिमंडळ ही एक महत्त्वाची संस्था आहे. भारतात मंत्रिमंडळ संयुक्तपणे लोकसभेला जबाबदार असते. सरकारचे आर्थिक धोरण व निर्णय हा संपूर्ण मंत्रिमंडळाचा निर्णय असतो. अर्थमंत्री अंदाजपत्रक मंत्रिमंडळाच्या बैठकीत चर्चेसाठी सादर करतो. मंत्रिमंडळातील सदस्य अर्थसंकल्पावर आवश्यक ती चर्चा करतात व तरतुदींमध्ये सुधारणा सुचवितात. प्रत्येक खात्याचा मंत्री आपल्या विभागाला अधिक निधीची मागणी करतो. जेथे वाद निर्माण होतो तेथे पंतप्रधान हस्तक्षेप करतात व अर्थसंकल्पाला मंजुरी देण्याचा निर्णय मंत्रिमंडळात एकमताने होत असते.

४) कायदेमंडळाची मान्यता :

अंदाजपत्रकाला कायदेमंडळाची मान्यता मिळाल्याशिवाय त्याची प्रत्यक्ष अंमलबजावणी होत नाही व सरकारला कोणताही खर्च करता येत नाही. भारतामध्ये फेब्रुवारी महिन्याच्या अखेरीस अर्थमंत्री अर्थसंकल्प संसदेला सादर करतो. राष्ट्रपतींच्या शिफारसींनुसार अंदाजपत्रक संसदेत सादर केले जाते. अर्थसंकल्प सर्वप्रथम लोकसभेत सादर करावा लागतो व नंतर तो राज्यसभा या वरिष्ठ सभागृहात सादर केला जातो. अर्थसंकल्पाची एक प्रत सर्व सदस्यांना दिली जाते.

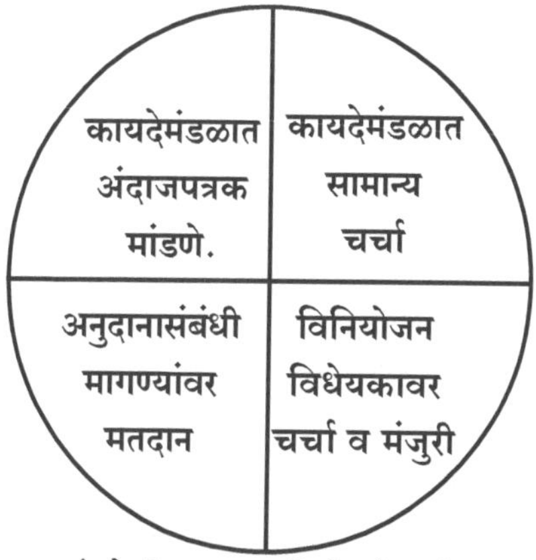

अंदाजपत्रकाला संसदेची मान्यता मिळेपर्यंत अंदाजपत्रक पुढील आकृतीमध्ये स्पष्ट केलेल्या अवस्थांमधून जाते.

संसदेत विधेयक मांडल्यांनतर साधारणपणे आठ दिवसानंतर लोकसभेत अंदाजपत्रकावर सामान्य चर्चा सुरू होते. यावेळी अंदाजपत्रकात दिसून येणारे धोरण, देशाची आर्थिक स्थिती यांवर चर्चा होते. या चर्चेनंतर मतदान होत नाही. विरोधी पक्षाचे सदस्य जे मुद्दे उपस्थित करतात त्याबाबत अर्थमंत्री शेवटी उत्तर देतो.

अंदाजपत्रकांवरील चर्चेनंतर प्रत्येक खात्याच्या खर्चाच्या मागणीवर चर्चा होते व लोकसभेत यावर मतदान घेऊन मागण्यांना मान्यता दिली जाते. राज्यसभेत मागण्यांवर केवळ चर्चा होते; मतदान घेतले जात नाही.

लोकसभेने मागण्या मान्य केल्यानंतर त्याचे रूपांतर अनुदानात होते. अनुदानविषयक मागण्या मंजुर करण्यासाठी २६ दिवसांचा कालावधी दिला जातो. अनुदानासंबंधी मागण्यांवर स्वतंत्रपणे चर्चा होते. परंतु वेळ कमी पडला तर शेवटी सर्व मागण्या एका वेळी मांडल्या जातात व त्यावर चर्चा न करता थेट मतदान घेतले जाते.

मागण्यांवर मतदान झाल्यानंतर एकूण मंजूर खर्चाचा समावेश असलेले खर्च विधेयक संसदेसमोर मांडले जाते. या विधेयकाला 'विनियोजन विधेयक' असे म्हणतात. या विधेयकाला दुरुस्त्या सुचविता येत नाहीत. लोकसभेने विनियोजन विधेयक मंजूर केल्यानंतर ते राज्यसभेकडे पाठवले जाते. राज्यसभेत यांवर केवळ चर्चा होते व १४ दिवसांच्या आत राज्यसभेने हे विधेयक लोकसभेकडे पाठवावे लागते. राज्यसभेने केलेल्या शिफारसी स्वीकारण्याचे बंधन लोकसभेवर नाही. लोकसभेचा सभापती हे विधेयक मान्यतेसाठी राष्ट्रपतींकडे पाठवितात.

अर्थसंकल्पाची अंतिम अवस्था म्हणजे अर्थ विधेयकाला लोकसभेची मान्यता मिळणे ही असते. करासंबंधीच्या तरतुदी अर्थविधेयकांत असतात. लोकसभेने अर्थ

विधेयक मंजूर केल्यानंतर ते राज्यसभेत पाठविले जाते व राज्यसभेकडून परत आल्यानंतर ते राष्ट्रपतींकडे मान्यतेसाठी पाठविले जाते. यानंतर विधेयकाचे कायद्यात रूपांतर होते.

इतर देशांमधील अर्थसंकल्पाची प्रक्रिया

भारत व इंग्लंड या देशांमध्ये अर्थसंकल्पीय प्रक्रिया जवळ-जवळ सारखीच आहे. भारतात जसे लोकसभा या कनिष्ठ सभागृहाला आर्थिक अधिकार दिले आहेत. त्याचप्रमाणे इंग्लंडमध्ये 'हाऊस ऑफ कॉमन्स' या एकाच सभागृहाला अंदाजपत्रक मंजूर करण्याचे अधिकार दिले आहेत. 'हाऊस ऑफ लॉर्डस' या वरिष्ठ सभागृहात अंदाजपत्रक मांडले जात नाही.

इंग्लंडमध्ये संपूर्ण आर्थिक व्यवहाराबाबत एकच अंदाजपत्रक असते. भारताप्रमाणे रेल्वे व सर्वसाधारण अंदाजपत्रक अशी दोन अंदाजपत्रके नसतात.

अमेरिकेत अध्यक्षीय शासनपद्धती आहे; यामुळे अंदाजपत्रक प्रक्रिया थोडी वेगळी आहे. हे अंदाजपत्रक काँग्रेसच्या कोणत्याही सभागृहासमोर सर्वप्रथम मांडता येते. अर्थसंकल्प तयार करण्याच्या प्रक्रियेत 'ब्युरो ऑफ दि बजेट' आणि 'जनरल अकौंटिंग ऑफिस' या दोन शाखांची भूमिका महत्त्वाची असते. अमेरिकन अध्यक्षांच्या मार्फत अर्थसंकल्प काँग्रेसपुढे सादर केला जातो. काँग्रेसच्या मान्यतेशिवाय अध्यक्ष खर्च करू शकत नाही.

अर्थसंकल्प प्रक्रियेचे मूल्यमापन

राज्यकारभाराच्या एकूण प्रक्रियेमध्ये अंदाजपत्रक प्रक्रिया ही महत्त्वाची प्रक्रिया आहे. सर्वसमावेशक व संसदेला मान्य होईल असे अंदाजपत्रक तयार करणे हे मंत्रिमंडळासमोर एक आव्हान असते.राजकीय स्थितीचा अर्थसंकल्पावर परिणाम होत असतो; जर अनेक राजकीय पक्षांचे मिळून संयुक्त सरकार असेल तर सर्व घटक पक्षांना मान्य होईल असे अंदाजपत्रक तयार करावे लागते. लोकशाहीमध्ये जनतेचा पाठिंबा टिकविणे सत्तारूढ पक्षाला आवश्यक असते; जर देशामध्ये नजिकच्या काळात निवडणुका होणार असतील तर अर्थमंत्री लोकप्रिय अंदाजपत्रक तयार करतो. अशा अंदाजपत्रकात कर सवलती व कल्याणकारी योजनांची रेलचेल दिसून येते.

लोकप्रिय अंदाजपत्रक तयार करणे हे दीर्घकालीन हिताच्यादृष्टीने धोक्याचे असते. जमेपेक्षा खर्च अधिक असेल तर अर्थव्यवस्था कर्जबाजारी बनते. उत्पादक बाबींवर जर खर्च होत असेल किंवा पायाभूत सुविधांचा जर खर्च होत असेल तर त्याचा दीर्घकालीन फायदा होत असतो. परंतु विशिष्ट घटकांना करसवलती, कर्जमाफी, अनुदाने या धोरणांमुळे अर्थव्यवस्थेमध्ये बिघाड निर्माण होते. प्रत्येक वर्षी अर्थसंकल्पात

मोठे बदल किंवा सुधारणा दिसतीलच असे नाही. परंतु बदलत्या परिस्थितीशी सुसंगत असा अर्थसंकल्प तयार करणे हे आवश्यक ठरते.

क) जेडर बजेटींग किंवा लिंगभावधिष्टीत अंदाजपत्रक (Gender Budgeting)

लोकप्रशासन या विद्याशाखेच्या अभ्यासामध्ये अंदाजपत्रकीय प्रक्रिया कशी घडते? याचा अभ्यास केला जातो. अर्थसंकल्प आर्थिक योजनेचे प्रतिनिधित्व करतो आणि म्हणूनच व्यापक आर्थिक स्थैर्य, वित्तीय कार्यक्षमता, धोरणात्मक प्राधान्य आणि राष्ट्रीय संसाधनांचे न्याय वितरण सुनिश्चित करण्यासाठी शासनाचे सर्वात महत्त्वाचे धोरणात्मक साधन आहे. परंतु आधुनिक काळामध्ये जेंडर बजेटिंग ही संकल्पना नव्याने उदयाला आलेली आहे. जेंडर बजेटिंग या संकल्पनेचा अभ्यास लोकप्रशासन ही विद्याशाखा करते. महिला या घटकाला केंद्रीभूत ठेवून अंदाजपत्रक तयार करण्याची प्रक्रिया म्हणजे 'जेंडर बजेटिंग' होय. महिलांसाठीचे बजेट असा जेंडर बजेटिंगचा अर्थ आहे. जेंडर रिस्पॉन्सिव्ह पार्टिसिपेटरी बजेटिंग हे अर्थसंकल्पीय प्रक्रियेच्या सर्व पायऱ्यांमध्ये लिंग परिमाण समाकलित करण्याचे एक साधन आहे. ज्यात सहभागी निर्णय घेणे आणि आर्थिक स्तोत्र आणि त्याच्या खर्चामध्ये पारदर्शकता समाविष्ट असते. जेंडर बजेट हे सूचित करते की, बजेट हे लिंग संवेदनशील आहे आणि लिंग तटस्थ नाही. समानता प्रस्थापित करण्याच्या दिशेने ते कार्य करते. अर्थसंकल्प लिंगभाव समानतेला महत्त्व देते व त्यासाठी कार्यपद्धती स्वीकारणे, वाटप केलेला निधी, कार्य आणि त्याचा कार्यक्षम वापर, यासाठी अंमलबजावणीची यंत्रणा सुनिश्चित करते. जेंडर बजेट लैंगिक न्याय, लैंगिक समता आणि लैंगिक बांधिलकीच्या आर्थिक वचनबद्धतेमध्ये अनुवाद करण्याची दृष्टीची मागणी करते. जेडर बजेटिंगही अखंड प्रक्रिया आहे. जेंडर अर्थशास्त्रज्ञ, निवडून आलेले प्रतिनिधी, प्रशासन यांनी समाजामध्ये व्यावहारिक लिंग समानतेबद्दल सहमती मिळवण्यासाठी भाग घेतला पाहिजे. यामुळे महिला आणि मुलींची दैनंदिन समस्या कमी होऊ शकते व त्याचवेळी संपूर्ण समाजालादेखील फायदा होऊ शकतो. साधारणपणे समुदाय हा व्यवहारी जेंडर गरजांना समर्थन देतो.

जेंडर बजेट म्हणजे स्वतंत्र महिलांसाठीचा अर्थसंकल्प नव्हे तर या अर्थसंकल्पाचे जेंडर म्हणजेच लिंगभावाच्या दृष्टिकोनातून परीक्षण करणे होय. पुरुष व महिलांवर समान खर्च करणे, मुली किंवा महिलांसाठी असलेल्या उपक्रमांची विशेष नोंद करणे हा जेंडर बजेटचा अर्थ नाही. केंद्र सरकार व राज्य सरकार महिलांचे सक्षमीकरण करण्यासाठी विविध धोरणे आखत असते. अशी धोरणे प्रत्यक्षात आणण्यासाठी जी आर्थिक तरतूद आवश्यक असते ती अर्थसंकल्पात केली जात असेल तर त्याला

'जेंडर बजेट' म्हणून ओळखले जाते. भारतामध्ये आर्थिक संधी, आर्थिक सेवा, सामाजिक सेवा संरक्षण, आरोग्य व शिक्षण या बाबतींमध्ये पुरुषांपेक्षा महिला मागेच राहिलेल्या आहेत. त्यांना पुरुषांच्या पातळीपर्यंत आणण्यासाठी सकारात्मक कृतीचे धोरण आखणे आवश्यक आहे. जेंडर बजेट ही अशीच एक सकारात्मक कृती आहे. महाराष्ट्र सरकारने २००५ मध्ये महिलांसाठीच्या योजना, निधी या सगळ्यांची माहिती देणारी पुस्तिका प्रकाशित केली, हीसुद्धा या जेंडर बजेटचाच एक भाग होती. जेंडर बजेटमध्ये महिला विकासासाठीच्या अनेक योजनांसाठी निधी राखून ठेवलेला असतो. बजेटमधील तरतुदींचा खर्च होताना त्याचा लाभ महिलांना मिळत नाही. त्यामागे सामाजिक गोष्टी कारणीभूत असतात. त्यामुळे बजेट सारख्या आकडेवारीच्या माध्यमातून लिंगभावाचा म्हणजेच जनतेचा विचार जाणीवपूर्वक सहानुभूतीने होणे गरजेचे आहे. आणि म्हणूनच महिलांचा अर्थव्यवस्थेतला सहभाग लक्षात घेता बजेट बनविले जाते.

व्याख्या

१) अर्थसंकल्पातील विविध प्रस्तावांचे महिला केंद्रित विश्लेषण म्हणजे जेंडर बजेट होय.

२) महिलांच्या स्थितीत सकारात्मक बदल घडवून आणण्यासाठी केलेल्या वित्तीय सुधारणांचे अंतिम परिणाम मोजणे म्हणजे जेंडर बजेट होय.

३) अर्थसंकल्पाचे जेंडर म्हणजेच लिंगभावाच्या दृष्टिकोनातून परीक्षण करणे म्हणजे डर बजेट होय.

जेंडर बजेटिंगचा अर्थ

'जेंडर बजेटिंग' ही संकल्पना कायदा, कार्यक्रम आणि योजनांच्या लिंग संवेदनशील सूत्रीकरणाशी संबंधित आहे. संसाधनांचे वाटप, अंमलबजावणी, कार्यक्रम, योजनांचे ऑडिट आणि प्रभाव मूल्यांकन यामध्ये महिला या घटकाचा प्राधान्याने विचार केला जातो. समाजामध्ये अस्तित्त्वात असलेली लिंग विषमता दूर करण्यासाठी सुधारात्मक कृतीचा पाठपुरावा जेंडर बजेटिंगमध्ये केला जातो. जेंडर बजेटींग म्हणजे महिलांसाठी स्वतंत्र असा अर्थसंकल्प तयार करणे असे नव्हे तर अर्थसंकल्पामध्ये महिलांच्या विशिष्ट गरजा पूर्ण करण्यासाठी सकारात्मक कृतीचे धोरण स्वीकारणे होय. खर्च आणि सार्वजनिक सेवा वितरणाचे निरीक्षण लिंगभाव दृष्टिकोनातून केले जाते. शासकीय अर्थसंकल्पामध्ये 'महिला' या घटकाच्या विकासाकडे लक्ष दिले जाते.

जेंडर बजेटिंगची मागील हेतू किंवा उद्दिष्टे

२०११च्या जनगणनेनुसार भारतात एकूण लोकसंख्येमध्ये महिलांची लोकसंख्या ४८ टक्के आहे. महिलांना सेवा आणि संसाधनांमध्ये समान प्रवेश व समान भागीदारी मिळत नाही. सार्वजनिक धोरणाची, योजनांची आखणी करताना त्यामध्ये महिला या घटकाकडे लक्ष दिले जाते. जेंडर बजेटिंगमुळे लैंगिक समानता मानवी विकास आणि आर्थिक कार्यक्षमतेची उद्दिष्टे साध्य होऊ शकतात. महिलांच्या सामाजिक समतेसाठीच्या प्रमुख समस्या ओळखून त्यांची क्रमवारी जाऊन त्यासाठी सुयोग्य आर्थिक तरतूद करणे, सामाजिक योजना आणि आर्थिक तरतूद यांचा मेळ घालणे, विशेष सामाजिक योजनावरील खर्चावर नियंत्रण ठेवणे इत्यादी.

भारतातील जेंडर बजेटिंग

जेंडर रेस्पोंन्सिव्ह बजेटिंग साहाय्यक कायदे आणि इतर धोरणात्मक उपायांसह लिंग समानता आणि महिलांच्या सक्षमीकरणासाठी सार्वजनिक निधीचे प्रभावीपणे वाटप केले जाते का? याचा अभ्यास महत्त्वाचा ठरतो ग्लोबल जेंडर इंडेक्स २०२० मध्ये १५३ देशांमध्ये भारताचा ११२ वा क्रमांक होता. आर्थिक सहभाग आणि संधी, शिक्षण, राजकिय सबलीकरण आणि आरोग्य या चार क्षेत्रांमध्ये लिंग विषमता कमी करण्याच्या देशाच्या क्षमतेवर हे रँकिंग आधारित असते. भारतामध्ये सर्वप्रथम २००५-२००६चा अर्थसंकल्पामध्ये जेंडर बजेट स्टेटमेंट सादर करण्यात आले. याची विभागणी दोन भागांमध्ये केलेली होती. शासनाच्या काही योजनांमधील शंभर टक्के निधी महिलांसाठी राखून ठेवला जातो. अशा योजनांची माहिती जेंडर बजेट स्टेटमेंटमध्ये विभाग 'अ' अंतर्गत मांडली जाते. उदा. विधवा पेंशन योजना मुलींची वस्तीगृह योजना, प्रसूति लाभ योजना, निर्भया फंड, बेटी बचाव बेटी पढाओ या महिला विशेष योजना आहेत. तर विविध विभागांच्या ज्या योजनांमधील किमान ३० टक्के निधी महिलांसाठी उपयोगात आणला जाणार आहे अशा योजनांची माहिती जेंडर बजेट स्टेटमेंटमध्ये विभाग 'ब' अंतर्गत मांडली जाते. उदा. मध्यान भोजन कार्यक्रम, ग्रामीण आजीविका मिशन आणि बायोगॅस कार्यक्रम. जेंडर बजेटिंगचा केवळ खर्चावरच नव्हे, तर महसूल धोरणावरतीदेखील प्रभाव दिसतो. म्हणजेच मालमत्ता कर दरामध्ये महिलांना विशेष सूट तसेच आयकर संरचनेमध्ये देखिली पुरुषांच्या तुलनेमध्ये विशेष सूट दिली जाते. केंद्र सरकार प्रमाणेच राज्य सरकार देखील जेंडर बजेटींग करताना दिसते. भारताच्या केंद्रीय अर्थसंकल्प २०२०-२१मध्ये महिलांना लाभ देणाऱ्या योजनांवर पाच टक्के खर्च केला जाईल अशी तरतूद केली गेली. त्यानुसार २०-२१मध्ये १,४३,४६२ कोटी रुपये अर्थसंकल्पात विविध मंत्रालय आणि विभागांनी महिलांना पूर्ण किंवा अंशतः लाभ देणाऱ्या योजनांसाठी

वाटप केले आहे. भारतात २००५ साली जेंडर बजेट सुरू झाले तेव्हा ते २४,२४१कोटी रुपये होते. जेंडर बजेटींगची रचना शासनाच्या क्षेत्रावर आणि आणि लिंगभेद नष्ट करण्यासाठी केलेल्या प्रयत्नांवरती प्रकाश टाकते. जेंडर अर्थसंकल्पामध्ये महात्मा गांधी राष्ट्रीय ग्रामीण रोजगार हमी योजना, प्रधानमंत्री आवास योजना, अंगणवाडी सेवा योजना, समग्र शिक्षा, राष्ट्रीय ग्रामीण आरोग्य मिशन या योजनांचा समावेश केलेला आहे. या माध्यमातून महिलांना रोजगार, घर, बालपण काळजी, शालेय शिक्षण, आरोग्य याबाबत निधी उपलब्ध करून दिला गेला आहे.

ओरिसा, उत्तर प्रदेश, कर्नाटक, गुजरात, मध्यप्रदेश, जम्मू-काश्मीर, अरुणाचल प्रदेश, छत्तीसगड, उत्तराखंड, हिमाचल प्रदेश, बिहार, केरळ व महाराष्ट्र या राज्यांनी जेंडर बजेट संकल्पनेची अंमलबजावणी केली. महाराष्ट्रात २०१३ मध्ये जेंडर बजेट ही संकल्पना स्वीकारण्यात आली. १९९४, २००१ आणि २०१४ साली महिला धोरणे महाराष्ट्र शासनाने तयार केली. १९९२ पासून राज्यातील शहरी स्थानिक स्वराज्य संस्थांमध्ये महिला व बाल विकास समिती स्थापन करणे बंधनकारक करण्यात आले. तसेच महानगरपालिकेच्या एकूण बजेटपैकी पाच टक्के रक्कम जेंडर बजेटसाठी राखून ठेवण्याचे बंधनकारक केले गेले आहे.

भारतातील जेंडर बजेटिंगचे टप्पे

भारतातील जेंडर बजेटिंगचे मुख्यतः चार टप्पे दिसून येतात. जेंडर बजेटिंग प्रक्रियेमध्ये या चार टप्प्यांची महत्त्वपूर्ण भूमिका आहे. हे चार टप्पे खालीलप्रमाणे-

१) ज्ञान निर्माण आणि नेटवर्किंग
२) संस्थात्मक प्रक्रिया
३) क्षमता वाढविणे
४) जबाबदारी वाढविणे

१) ज्ञान निर्माण आणि नेटवर्किंग

भारतामध्ये 'जेंडर बजेटिंग' केवळ कागदोपत्री मर्यादित राहू नये यासाठी जेंडर बजेटिंग फ्रेमवर्क हे तयार करण्यात येते. जेंडर बजेटिंग फ्रेमवर्कमुळे महिला व बाल विकास मंत्रालयाला महिलांसाठी नवीन कार्यक्रम, योजना तयार करण्यास मदत होते. 'महिला' या घटकाला केंद्रभूत मानून अनेक सार्वजनिक धोरणांची आखणी केली जाते.

२) संस्थात्मक प्रक्रिया

भारतामध्ये 'जेंडर बजेट' प्रत्यक्ष व्यवहारांमध्ये उतरविण्यासाठी संस्थात्मक यंत्रणा स्थापन करण्यावर अधिक भर दिला गेलेला दिसतो. सर्व मंत्रालये व विभागांमध्ये

संस्थात्मक यंत्रणा म्हणून 'जेंडर बजेटिंग सेल' स्थापन करणे बंधनकारक करण्यात आलेले आहे. याचा अर्थ प्रत्येक विभाग व मंत्रालयामध्ये जेंडर बजेटिंग सेल स्थापन करून एक संस्थात्मक यंत्रणा तयार केली गेलेली आहे.

३) क्षमता वाढविणे

जेंडर बजेटिंग सेलचा अंतर्गत लिंगाधारित प्रभाव विश्लेषण तसेच लाभार्थी महिलांच्या गरजांचे मूल्यांकन आणि लाभार्थींच्या घटनांचे विश्लेषण केले जाते. यामधून क्षमता वाढविण्यावर भर दिला जातो.

४) जबाबदारी वाढविणे

जेंडर बजेटिंग सेल अंतर्गत महिला केंद्रित योजनांची अंमलबजावणी सुधारण्यासाठी कार्यक्षेत्र निश्चित केले जाते. तसेच त्या विशिष्ट कार्यक्षेत्रासाठी सार्वजनिक खर्चाला प्राधान्य देण्यात येते.

जेंडर बजेटिंगमधील समस्या किंवा कमतरता

१) केंद्रीय अर्थसंकल्पाच्या एकूण खर्चाच्या प्रमाणात जेंडर बजेटींगचे परिमाण कमी आहे. केंद्र शासनाने महिला सक्षमीकरणाला आणि लिंग समानतेला प्रोत्साहन देण्यासाठी दिलेल्या अर्थसंकल्पीय वाटपातही घट झालेली दिसून येते.

२) जेंडर बजेटिंग सेलने निर्धारित केलेल्या बाबींमध्ये हस्तक्षेपाची अंमलबजावणी करण्यासाठी पुरेशा प्रमाणामध्ये मानवी संसाधने उपलब्ध करून दिली जात नाहीत. म्हणजेच यामध्ये अंमलबजावणी करण्यासाठी लागणाऱ्या मानवी संसाधनांचा अभाव दिसून येतो.

३) जेंडर बजेटिंग सेलवरती देखरेख करणारी कोणतीही राष्ट्रीय पातळीवरती यंत्रणा नसल्यामुळे तिच्या कामामध्ये अनेक कमतरता दिसून येतात.

जेंडर बजेटिंगचे यश

जेंडर बजेटिंगमध्ये अनेक कमतरता असल्या तरीसुद्धा 'जेंडर बजेटिंग' हे जेंडर समस्येकडे लक्ष वेधण्यात यशस्वी झाले आहे. जेंडर अर्थसंकल्पाची सर्वात मोठी जमेची बाजू म्हणजे वित्तीय लेखांमध्ये जेंडरचे लेन्स महत्त्वाचे मानले व या कल्पनेला मुख्य प्रवाहात आणले. जेंडर बजेटींगमुळे महिलांमध्ये शिक्षणाचे प्रमाण वाढलेले दिसते. तसेच महिलांवरील हिंसा कमी झालेली दिसते. लिंग भेद कमी करण्यासही जेंडर बजेट मदतशीर ठरले आहे. जेंडर बजेटने भविष्यामध्ये महिलांच्या बाजूने अर्थसंकल्प तयार करण्यासाठी एक चौकट दिली आहे. उदाहरणार्थ, दारिद्र्य रेषेखालील महिलांना स्वच्छ इंधन पुरविणाऱ्या योजना. लक्षित कार्यक्रमांनी क्षेत्रीय असमानता कमी करण्यास मदत केलेली आहे. वाढत्या जाती आधारित गुन्ह्यांना सामोरे जाण्यासाठी

लक्ष केंद्रित जेंडर बजेट धोरण आवश्यक आहे. जेंडर बजेट धोरणांनी सर्व स्त्रिया समान आहेत असे गृहीत धरू नये. तसेच अंतर्मुखता स्वीकारण्यावरती लक्ष केंद्रित केले पाहिजे. दक्षिण आफ्रिकेमध्ये 'ब्लॅक इकॉनोमिक एम्पॉवरमेंट' हे धोरण स्वीकारून वर्णभेदाच्या विषमतेला सामोरे जाण्यासाठी धोरण आखलेले दिसते.

सारांश

'जेंडर बजेटिंग' ही आधुनिक काळामध्ये उदयाला आलेली एक महत्त्वपूर्ण संकल्पना आहे. लोकप्रशासनही विद्याशाखा जेंडर बजेटिंग या संकल्पनेचा अभ्यास करते. महिला या घटकाला केंद्रीभूत ठेवून अंदाजपत्रक तयार करण्याची प्रक्रिया म्हणजे 'जेंडर बजेटिंग' होय. भारताने, महाराष्ट्रातदेखील जेंडर बजेटिंग ही संकल्पना स्विकारली आहे. शासनाच्या काही योजनांमधील शंभर टक्के निधी महिलांसाठी राखून ठेवला जातो. तर काही योजनांमधील किमान तीस टक्के निधी महिलांसाठी राखून ठेवला जातो. एकूणच जेंडर बजेटिंगमुळे महिलांच्या समस्यांकडे लक्ष दिले जाते. त्या सोडविण्यासाठी अर्थसंकल्पामध्ये निधीची तरतूद केली जाते. अशा प्रकारे 'जेंडर बजेटिंग' ही संकल्पना स्पष्ट करता येते.

सराव प्रश्न :

१) अंदाजपत्रक संकल्पनेचा अर्थ सांगा.
२) अंदाजपत्रकाचे प्रकार लिहा.
३) भारतातील अंदाजपत्रकीय प्रक्रिया स्पष्ट करा.
४) अर्थसंकल्पाची तत्त्वे स्पष्ट करा.
५) जेंडर बजेटिंग ही संकल्पना स्पष्ट करा.
६) जेंडर बजेटिंग संकल्पनेच्या व्याख्या करा.
७) जेंडर बजेटिंग संकल्पनेचा अर्थ स्पष्ट करा.
८) जेंडर बजेटिंगचा हेतू किंवा उद्दिष्ट्ये सांगा.
९) भारतातील जेंडर बजेटिंगचे टप्पे लिहा.
१०) जेंडर बजेटिंगमधील समस्या सांगा.
११) जेंडर बजेटिंगचे यश किंवा उपयुक्तता सांगा.

प्रकरण ४

जबाबदारी आणि नियंत्रण

Accountability and Control

अ) **प्रशासकीय जबाबदारी** (Administrative Accountability)

ब) **विधीमंडळाचे नियंत्रण** (Legislative Control)

क) **न्यायालयीन नियंत्रण** (Judicial Control)

प्रस्तावना (Introduction)

एकविसाव्या शतकात लोकप्रशासनाला अत्यंत महत्त्वाचे स्थान प्राप्त झाले आहे; कारण आधुनिक जगातील प्रत्येक राष्ट्रात प्रशासन कार्य आवश्यक बनलेले आहे. राज्यांच्या कार्यक्षेत्रात वाढ झाल्यामुळे प्रशासनाचे स्वरूप बदलत गेले. त्यातून प्रशासन गतिमान झाले त्यामुळे विकसित व विकसनशील राष्ट्रांना प्रशासकीय व्यवस्थेला आणि प्रक्रियेला महत्त्वाची भूमिका पार पाडावी लागत आहे. लोकसंख्येत मोठ्या प्रमाणात वाढ झाली. त्यांच्या गरजा पूर्ण करण्यासाठी प्रशासन अधिक व्यापक बनलेले आहे. जागतिकीकरण, आर्थिक सत्ता-स्पर्धा, वैज्ञानिक प्रगती यांमुळे प्रत्येक राष्ट्राला आर्थिक नियोजन, औद्योगिकता आणि प्रशासकीय यंत्रणा यांविषयी नव्याने निर्णय घ्यावे लागत आहेत.

प्रत्येक राष्ट्रामध्ये प्रशासकीय कार्ये पूर्ण करण्यासाठी कार्यक्षम आणि प्रशासकीय कर्मचारी वर्गाची यंत्रणा उभारण्यात आलेली आहे. प्रशासनाचे काम यशस्वी करण्यासाठी सनदी नोकरवर्गाला अधिकार-सत्ता बहाल केली आहे; यामुळे सनदी सेवकवर्ग आपल्या अधिकाराचा योग्य वापर करून कल्याणकारी भूमिकेतून कार्य करू लागले. परंतु सनदी सेवकवर्गाने सत्तेचा गैरवापर केला तर लोककल्याणाचा मूळ हेतू धोक्यात येतो. यातूनच प्रशासकीय जबाबदारी किंवा उत्तरदायित्व हे तत्त्व पुढे येऊ लागले.

सनदी सेवक आपल्या खात्यातील सेवकांकडून प्रशासनकार्य पार पाडीत असतात. सनदी सेवक हे जनतेचे सेवक असतात म्हणून त्यांना 'जनसेवक' म्हटले जाते. थोडक्यात, प्रशासकीय व्यवस्था जनतेला जबाबदार (उत्तरदायी) असली पाहिजे.

अ) प्रशासकीय जबाबदारी (Administrative Accountability)

अर्थ (Meaning)

प्रशासकीय जबाबदारी हे तत्त्व लोकप्रशासनातील एक अत्यंत महत्त्वाचे असे तत्त्व आहे. प्रशासकीय जबाबदारी यास इंग्रजीमध्ये Administrative Accountability असे म्हणतात. प्रशासनातील सनदी नोकरवर्गाने जनतेशी जबाबदार राहून केलेले काम असा या तत्त्वाचा अर्थ आहे. प्रशासनाचे कार्य लोकांच्या हितासाठी करण्यासाठी सनदी सेवकांनी जबाबदारीने आणि जाणिवेने आपल्या अधिकारांचा वापर केला पाहिजे. प्रशासकीय जबाबदारी निर्माण होण्यासाठी लोक प्रशासनांवर विविध मार्गांनी नियंत्रण ठेवतात.

प्रो. एल. डी. व्हाईट या प्रशासकीय विचावंताने असे म्हटले आहे की, लोकशाहीत प्रशासकीय व्यवस्थेकडे जास्त प्रमाणात अधिकार देणे आवश्यक असले तरी त्या प्रमाणातच प्रशासकीय अधिकाऱ्यांवर अधिक प्रमाणात नियंत्रण ठेवावे लागते; लोकांच्या कल्याणासाठी प्रशासनकार्य अधिक कार्यक्षम व यशस्वी होण्यासाठी प्रशासकीय व्यवस्थेवर नियंत्रण ठेवावे लागते; त्यामुळे सनदी सेवक आपल्या अधिकारांचा जबाबदारीने वापर लोकांसाठी करू शकतात.

महत्त्व (Importance)

प्रशासकीय जबाबदारी याला प्रशासकीय उत्तरदायित्व असे सुद्धा म्हणतात. प्रशासकीय अधिकाऱ्याने लोकांप्रति जबाबदार राहून केलेले काम असा त्याचा व्यापक अर्थ आहे. यातून प्रशासन व अधिकारी यांचे महत्त्व लोकशाहीत दिसून येते. लोकशाही शासनप्रकारात प्रशासनावरती नियंत्रण कशा प्रकारे ठेवायचे हा एक महत्त्वाचा प्रश्न बनलेला आहे. आधुनिक काळातील लोकशाही राज्यव्यवस्थांवर नोकरशाहीचा प्रभाव अधिक पडलेला दिसतो. अधिकाराची सत्ता, आर्थिक सत्ता यांमुळे सनदी सेवक प्रशासनावरती प्रभाव निर्माण करतात. यातूनच अधिकाराचे केंद्रीकरण होते व प्रशासनातील सेवकांची भूमिका महत्त्वाची बनते.

वास्तविक लोकशाही राज्यसंस्थांचा कारभार जनतेच्या प्रतिनिधींमार्फत चालविणे आवश्यक असते. परंतु प्रत्यक्षात राज्यकारभारावर मंत्र्यापेक्षा सनदी नोकरवर्गाचाच अधिक प्रभाव पडलेला दिसतो. उदा. आणीबाणीच्या काळात

नोकरशाहीचा प्रशासनावरील प्रभाव अधिक जाणवतो; त्यातून सत्तेचा दुरुपयोग होऊ शकतो.

थोडक्यात, कार्यकारी मंडळाने घेतलेल्या निर्णयांचे व धोरणांची योग्य पद्धतीने अंमलबजावणी करणे ही गोष्ट सनदी अधिकारांसाठी महत्त्वाची असते त्यामुळे प्रशासनात सनदी सेवकांची जबाबदारी महत्त्वपूर्ण आहे.

प्रशासनावर विविध घटकांचे नियंत्रण (Factors Controlling Administration)

प्रशासकीय जबाबदारी या तत्त्वाचा अभ्यास करताना प्रशासनावर विविध घटकांचे नियंत्रण आवश्यक मानण्यात आलेले आहे. प्रशासकीय जबाबदारी हे प्रशासकीय अधिकारांतून सेवकाला मिळालेली एक जबाबदारी आहे. सनदी सेवकांनी सत्तेचा दुरुपयोग करू नये म्हणून नियंत्रण ठेवले जाते. राज्यकारभार हा लोकाभिमुख न राहता नोकराभिमुख बनतो. सेवकांना आपण 'जनतेचे सेवक' आहोत याचा विसर पडतो; तेव्हा नोकरवर्गाची नोकरशाही संपुष्टात आणण्यासाठी त्यांच्यावर योग्य प्रकारे नियंत्रण ठेवणे अत्यंत गरजेचे वाटते. नोकरवर्गाला त्यांच्या कार्याची, कर्तव्याची जाणीव करून देण्यासाठी प्रशासकीय उत्तरदायित्व आवश्यक ठरते. प्रशासकीय व्यवस्थेवर शासनाचे नियंत्रण असणे आवश्यक ठरते. सनदी सेवकांवर विविध घटकांद्वारे नियंत्रण ठेवले जाते.

१) प्रशासनावर कायदेमंडळ, कार्यकारीमंडळ व न्यायमंडळ यांचे नियंत्रण ठेवले जाते. कोणतेही धोरण राबविताना 'लोक' हा घटक समोर ठेवून राबविले जावे यासाठी या तीन घटकांचे नियंत्रण सनदी सेवकांवर ठेवले जाते.

२) प्रशासनावरती जनतेच्या माहितीच्या अधिकारांचे नियंत्रण ठेवलेले आहे.

३) केंद्र सरकारच्या पातळीवर लोकपाल यांच्या माध्यमातून नियंत्रण ठेवण्याचा प्रयत्न केला जातो.

४) भारतातील विविध घटकराज्यांत लोकायुक्तांच्या माध्यमातून नियंत्रण ठेवले जाते.

वरील घटकांच्या नियंत्रणामुळे सनदी सेवक अधिक जबाबदारीने, जाणीवपूर्वक आपले कार्य पार पाडण्याचा प्रयत्न करतात. प्रशासकीय उत्तरदायित्वामुळे सनदी सेवक आपल्या अधिकारांचा योग्य प्रकारे वापर करून जनतेचा पैसा जनतेच्या हितांसाठी खर्च करतात. अशा प्रकारे लोकप्रशासनाचे कार्य अधिक कार्यक्षम, पारदर्शी आणि यशस्वी करण्यासाठी प्रशासनावर नियंत्रण ठेवणे आवश्यक ठरते.

ब) विधिमंडळाचे नियंत्रण (Legislative Control)

विधिमंडळ व न्यायदानमंडळ ही प्रशासनावर नियंत्रण ठेवण्याची बाह्य माध्यमे आहेत.

लोकशाही शासनपद्धतीत प्रशासनावरील नियंत्रणाबाबत विधिमंडळ किंवा कायदेमंडळ अत्यंत महत्त्वाची भूमिका बजावित असते. प्रशासनाच्या धोरण व खर्चावरती विधिमंडळ नियंत्रण ठेवते. जनतेच्या अपेक्षांचा विचार करून विधिमंडळ प्रशासन कार्याची धोरणे ठरवित असते. प्रशासनाने कोणते काम कोणत्या पद्धतीने करावीत यासंबंधीची रूपरेषा कायदेमंडळ ठरवित असते. त्याआधारे कायद्याची रूपरेषा निश्चित केली जाते. प्रशासनाला आपले कार्य चालविण्यासाठी आवश्यक असणारा निधी उपलब्ध करून देण्याचे काम कायदेमंडळ अंदाजपत्रकाच्या माध्यमातून मंजूर करून देते. जनतेच्या विकासासाठी पैसा खर्च होत आहे किंवा नाही, हे पाहण्याचे काम कायदेमंडळ करीत असते. कर आकारणी, करवाढ व करकपात खर्चाच्या मागण्यांना मंजुरी देणे अशी आर्थिक कामे कायदेमंडळाकडून केली जातात. याशिवाय विधिमंडळ आर्थिक समित्या स्थापन करून प्रशासनावर आर्थिक नियंत्रण ठेवण्याचे काम करते.

प्रशासनावरील विधिमंडळाचे नियंत्रण अध्यक्षीय व संसदीय शासनपद्धतीत भिन्न स्वरूपाचे आहे. अध्यक्षीय शासन पद्धतीत राष्ट्राध्यक्ष प्रशासनावर अधिक नियंत्रण ठेवतो; तर संसदीय शासनपद्धतीत पंतप्रधान सर्व मंत्र्यांसह सामूहिकरीत्या संसदेला जबाबदार असतो.

१) अध्यक्षीय शासनपद्धतीमधील विधिमंडळाचे नियंत्रण

अध्यक्षीय शासनपद्धती अमेरिका, फ्रान्स या देशांत असून, तेथे अध्यक्ष हा कार्यकारी प्रमुख असतो. राष्ट्राध्यक्ष हा विधिमंडळाला जबाबदार असतो. अमेरिकेत सत्ताविभाजनाचे तत्त्व स्वीकारल्यामुळे राष्ट्राध्यक्ष, कॉंग्रेस व सर्वोच्च न्यायालय स्वतंत्रपणे कार्य करतात; तरी पण संतुलन हे तत्त्व स्वीकारल्यामुळे प्रत्येक विभाग दुसऱ्या विभागावर नियंत्रण ठेवीत असतो. अमेरिकेचा राष्ट्राध्यक्ष हा प्रशासनाचा प्रमुख असल्यामुळे तो प्रशासनावर नियंत्रण ठेवतो.

अमेरिकेचे कॉंग्रेस (सिनेट आणि हाऊस ऑफ रिप्रेझेंटेटीव्हज्) लोकप्रशासनावर नियंत्रण पुढीलप्रमाणे ठेवते.

१) अमेरिकेत शासकीय धोरण तयार करण्याचे कार्य कॉंग्रेस करीत असते, राज्यकारभारासाठी आवश्यक कायद्याची निर्मिती करणे, जुने कायदे रद्द करणे, कायद्यात दुरुस्ती करणे.

२) राष्ट्राध्यक्षाने मांडलेल्या अर्थसंकल्पाला मंजुरी देणे.

३) प्रशासकीय खाते, लोकनिगम आणि प्रशासकीय मंडळे यांची निर्मिती करण्यासाठी काँग्रेस कायदे करते.

४) सिनेट प्रशासनाच्या विविध विभागांची चौकशी करण्यासाठी समित्या नियुक्त करते.

५) राष्ट्राध्यक्ष, सरन्यायाधीश व वरिष्ठ शासकीय अधिकारी यांच्यावर गैरवर्तनासाठी महाभियोग खटला चालविण्याचा अधिकार काँग्रेसला आहे. सिनेट हे सभागृह शासकीय अधिकाऱ्यांवर नियंत्रण ठेवते.

वरील प्रकारचे घटक अमेरिकेच्या अध्यक्षीय शासनपद्धतीत सिनेट-विधिमंडळाला प्रशासनांवर नियंत्रण ठेवण्यासाठी प्राप्त होतात.

२) संसदीय शासनपद्धतीमधील विधिमंडळाचे नियंत्रण

भारतामध्ये संसदीय शासनपद्धती आहे. संसदीय शासनपद्धतीत कार्यकारी मंडळ कायदेमंडळाला सामूहिकरीत्या जबाबदार राहून काम करीत असते. संसदेत लोकसभा व राज्यसभा ही दोन सभागृहे आहेत. लोकसभेत ज्या पक्षाला बहुमत प्राप्त होते, त्या पक्षाचा नेता पंतप्रधान होतो. पंतप्रधान आपल्या सर्व मंत्र्यांसह सामूहिकरीत्या कनिष्ठ सभागृहाला म्हणजे लोकसभेला जबाबदार असतो. संसदीय शासनपद्धतीत सामूहिक जबाबदारीचे तत्त्व स्वीकारले जाते. कायदेमंडळाला जबाबदार राहून पंतप्रधान व मंत्रिमंडळ काम करीत असते. प्रत्येक मंत्री आपल्या खात्याच्या प्रशासनाची जबाबदारी स्वीकारून काम करीत असतो. प्रशासकीय अधिकारी व कर्मचारी यांच्यावर नियंत्रण ठेवतो. पंतप्रधान प्रशासनाची संपूर्ण जबाबदारी स्वीकारतात म्हणून पंतप्रधान संसदेला सामूहिक जबाबदार राहतात.

विधिमंडळाचे नियंत्रण

विधिमंडळ प्रशासनावर पुढील प्रकारच्या घटकांद्वारे नियंत्रण ठेवते.

१) प्रश्नोत्तराद्वारे प्रशासनावर नियंत्रण ठेवले जाते : संसद अधिवेशन काळात प्रत्येक दिवसाच्या कामातला पहिला तास प्रश्नोत्तरासाठी राखून ठेवला जातो. सकाळी ११ ते १२ या वेळेत प्रश्नोत्तराचा तास होतो. 'सभागृहातील सदस्य मंत्र्यांना प्रश्न विचारतात, संबंधित मंत्री त्या प्रश्नांना तोंडी उत्तर देतो त्यास 'तारांकित प्रश्न' असे म्हणतात; तसेच संबंधित मंत्री लेखी उत्तरे देतात त्यास 'अतारांकित प्रश्न' असे म्हणतात. प्रश्नोत्तराद्वारे प्रशासनावर संसद नियंत्रण ठेवते.

२) तहकुबी ठरावाद्वारे प्रशासनावर नियंत्रण ठेवले जाते : विधिमंडळ प्रशासनावर नियंत्रण स्थगन प्रस्ताव व तहकुबी ठरावाद्वारे ठेवत असते. एखादी घटना

किंवा विषय अत्यंत महत्त्वाचा असतो तर स्थगन प्रस्ताव मांडला जातो. सभापतीने त्या प्रस्तावास मान्यता दिल्यास नेहमीचे कामकाज रद्द करून त्या प्रस्तावावर चर्चा होते; यास 'तहकुबी ठराव' असे म्हणतात. सरकारच्या धोरणाचे अपयश अथवा उणिवा यांचा संबंध ज्या घटनांशी येतो त्यावेळेस स्थगन प्रस्ताव चर्चेला येत असतो. उदा. रेल्वे अपघात, दंगली, भूकंप, दुष्काळ अशा नैसर्गिक आपत्तींबाबत तहकुबी प्रस्ताव मांडला जातो.

३) अल्पकालीन चर्चा : अल्पकालीन चर्चा याद्वारे विधिमंडळ प्रशासनावर नियंत्रण ठेवते. 'अत्यंत महत्त्वाच्या सार्वजनिक विषयाकडे सभागृहाचे लक्ष वेधून घेणे यास अल्पकालीन चर्चा असे म्हणतात.' कमीत कमी सदस्यांना अल्पकालीन चर्चेसंबंधीचा प्रस्ताव सभापतीकडे पाठविणे. अल्पकालीन चर्चा आठवड्यातून दोन वेळा सभागृहात होतात. संबंधित खात्याचे मंत्री याचे स्पष्टीकरण देत असतात.

४) शून्य प्रहर : विधिमंडळ प्रशासनावर नियंत्रण ठेवण्यासाठी शून्य प्रहर या मार्गाचा अवलंब करीत असते. 'प्रश्नोत्तराचा तास संपताच बरोबर १२ वाजता सभागृहातील सदस्य आपल्याला हवा तो विषय मांडतात त्यास 'शून्य प्रहर' असे म्हणतात.' शून्य प्रहर विषय मांडण्यासाठी पूर्वसूचना द्यावी लागत नाही.

५) वादविवाद, चर्चा घडवून संसद प्रशासनाला क्रियाशील बनवते : विधिमंडळ प्रशासनावर नियंत्रण ठेवण्यासाठी वादविवाद व चर्चा पद्धतीचा अवलंब करीत असते. वादविवाद व चर्चा यांचा मुख्य उद्देश लोकांत जागृती करणे हा असतो. शासनाचे धोरण चुकीचे असेल तर जनमताच्या जोरावर शासकीय धोरणात बदल घडवून आणता येतो. संसदेत वादविवाद, चर्चा घडवून आणता येतात.

६) राष्ट्रपतींचे अभिभाषण : राष्ट्रपतींच्या अभिभाषणाने संसदेच्या कामकाजाला सुरुवात होते. राष्ट्रपती आपल्या भाषणात शासनाची धोरणे, योजना यांची घोषणा करीत असतात. शासकीय धोरणातील उणिवा, त्रुटी यांवर प्रकाश टाकतात. विरोधी पक्ष शासकीय धोरणांवर टीका करतात. यातून विधिमंडळ प्रशासनावर नियंत्रण ठेवण्याचे काम करते.

७) विधेयकांवरील चर्चा : संसदेच्या दोन्ही सभागृहांत विधेयके मंजूर केली जातात. सभागृहात विधेयकाचे वाचन होऊन चर्चा केली जाते. मूल्यमापन समितीकडून विधेयकासंबंधी आलेल्या अहवालावर सभागृहात चर्चा घडवून आणली जाते. अयोग्य चुकीच्या विधेयकात दुरुस्त्या व फेरबदल केले जातात यातून विधिमंडळ प्रशासनावर नियंत्रण ठेवते.

८) अंदाजपत्रकावरील चर्चा : प्रशासनावर नियंत्रण ठेवण्याचे माध्यम

म्हणजे अंदाजपत्रकीय चर्चा होय. संसदेत प्रत्येक वर्षी अर्थसंकल्प मंजूर केला जातो. अंदाजपत्रकात जमेच्या व खर्चाच्या बाबींचा विचार केला जातो. कर आकारणीच्या बाबतीत चर्चा केली जाते. प्रत्येक खात्याच्या खर्चाच्या मागण्यांना मंजुरी घ्यावी लागते. संसदेच्या मंजुरीशिवाय पैसा खर्च करता येत नाही.

अंदाजपत्रकीय चर्चेतून खात्याच्या आर्थिक धोरणावर आणि कामावर नियंत्रण राहते. लोकसभा अर्थविषयक विधेयकांना मंजुरी देते. महालेखापरीक्षक एक-दोन खात्याची चौकशी करून अहवाल चर्चेसाठी संसदेपुढे ठेवतो. सार्वजनिक हिशेब समिती, अंदाजपत्रक समिती आणि सार्वजनिक उद्योग समिती यांद्वारे संसद प्रशासनावर आर्थिक नियंत्रण ठेवीत असतो.

९) कायदेमंडळात अविश्वास ठराव मांडला जातो : कायदेमंडळाकडून प्रशासनावर नियंत्रण ठेवले जाते, मंत्रीमंडळाविरुद्ध अविश्वास ठराव मांडला जातो. तो ठराव संमत झाला तर मंत्रिमंडळाला राजीनामा द्यावा लागतो. पंतप्रधान आपल्या मंत्र्याला विश्वासात घेऊन राज्यकारभार संयुक्त जबाबदारीने पार पाडतात.

उदा. व्ही.पी.सिंग व अटलबिहारी वाजपेयी सरकारला लोकसभेत त्यांच्याविरुद्ध अविश्वास ठराव संमत झाल्यामुळे आपल्या पदाचा राजीनामा द्यावा लागला.

१०) संसदीय समित्यांद्वारे प्रशासनावर नियंत्रण : संसदेत विविध प्रकारच्या समित्या स्थापन करून प्रशासनावर नियंत्रण ठेवले जाते. संसदेच्या कायद्याद्वारे काही समित्या निर्माण केल्या जातात. त्यामध्ये- १) सार्वजनिक हिशेब समिती २) अनुमान समिती ३) लोकोद्योग समिती अशा समित्या नियुक्त केल्या जातात.

विविध संस्था, व्यक्ती यांच्याकडून आवेदने येतात त्यांचे परीक्षण करण्यासाठी निवेदन समिती निर्माण केली जाते. पंतप्रधान व मंत्री यांच्याकडून वेळोवेळी आश्वासने दिली जातात. त्याची पूर्तता झाली किंवा नाही याचे परीक्षण करण्यासाठी शासकीय आश्वासन समिती स्थापन केली जाते. प्रशासकीय अधिकाऱ्यांच्या कार्यासंबंधी मार्गदर्शन करण्यासाठी प्रदत्त विधिनियम समिती स्थापन करण्यात येते. या समितीद्वारे दुय्यम कायदे करण्याचा अधिकार प्रशासकीय अधिकाऱ्यांना देण्यात येतो.

अशा प्रकारे संसद विविध समित्याद्वारे प्रशासनावर नियंत्रण ठेवण्याचे महत्त्वाचे काम करते.

११) लेखापरीक्षण : लेखा परीक्षण यास 'हिशेबतपासणी' असे म्हणतात. प्रशासकीय जबाबदारीचे हे एक प्रभावी साधन आहे. शासनामार्फत होणाऱ्या खर्चाचे कायदेशीर दृष्टिकोनातून परीक्षण करण्यासाठी व शासनाचा पैसा योग्य कामावर खर्च करण्यासाठी लेखापरीक्षण आवश्यक असते. भारताचा नियंत्रक व महालेखापरीक्षक

केंद्रसरकारच्या लेखासंबंधीचे अहवाल राष्ट्रपतीला सादर करतात व राष्ट्रपती तो अहवाल संसदेच्या दोन्ही सभागृहांपुढे चर्चेसाठी ठेवतात. भारतात हिशेब ठेवणे, हिशेब तपासणे ही दोन्ही कामे महालेखापरीक्षकाकडून होत असतात. आर्थिक प्रशासनांवर प्रभावी नियंत्रण ठेवण्यासाठी लेखांकन व लेखापरीक्षण दोन्ही विभाग स्वतंत्रपणे कार्यरत असणे आवश्यक आहे. अशा प्रकारे लेखापरीक्षणाद्वारे सनदीसेवकांवर नियंत्रण ठेवले जाते.

अध्यक्षीय असो की संसदीय शासनप्रकार असो, त्यामध्ये प्रशासनावर कायदेमंडळाचे नियंत्रण असते. अध्यक्षीय शासनपद्धतीमध्ये सीनेटचे नियंत्रण असते तर संसदीय शासनपद्धतीमध्ये संसदेचे नियंत्रण असते. वरील प्रकारच्या घटकांद्वारे विधिमंडळ प्रशासनावर नियंत्रण ठेवते.

क) न्यायालयीन नियंत्रण (Judicial Control)

विधिमंडळाप्रमाणेच न्यायमंडळाचे प्रशासनावर नियंत्रण असते. प्रशासकीय कृतींवरती न्यायालयाचे नियंत्रण ही संकल्पना कायद्याचे राज्य या तत्त्वातून आली आहे. आधुनिक काळातील राज्यसंस्थेच्या कार्यक्षेत्रात मोठ्या प्रमाणात वाढ झाली. प्रशासनाला कायदेविषयक व कार्यकारीविषयक अधिकार प्राप्त झाले. प्रशासकीय अधिकाऱ्याकडून अधिकाराचा गैरवापर होऊ लागला. नागरिकांच्या हक्काचे रक्षण करण्यासाठी न्यायसंस्थेची गरज वाटू लागली. कायदेमंडळ व्यक्तीच्या स्वातंत्र्याला बाधा निर्माण होईल असे कायदे करू लागले; अशा कायद्याची वैधता पडताळून पाहण्याचे काम न्यायमंडळाला करावे लागते. व्यक्तीच्या व्यक्तिगत हक्कांचे रक्षण करणे हा न्यायालयीन नियंत्रणाचा मुख्य हेतू आहे.

न्यायमंडळ नागरिकाच्या हक्कांचे रक्षण करण्यासाठी कायदेमंडळ व कार्यकारी मंडळ यांच्यावर नियंत्रण ठेवते. प्रशासकीय अधिकाऱ्याकडून सत्तेचा गैरवापर झाल्यास न्यायालय नागरिकांना न्याय मिळवून देते. त्याचबरोबर कायदेमंडळाने व्यक्ती स्वातंत्र्याच्या विरोधी कायदे केले तर न्यायालय न्यायालयीन पुनर्विलोकनाचा अधिकार वापरते. एकूणच व्यक्तीला न्यायालयात दाद मागण्याचा अधिकार न्यायालयीन नियंत्रणाकडून प्राप्त होतो.

प्रशासनावरील न्यायालयीन नियंत्रणाचे मार्ग

न्यायालयाचे प्रशासनावरील नियंत्रण हा घटक आधुनिक लोकप्रशासनासमोरील अत्यंत महत्त्वाचा व अभ्यासाचा विषय झालेला आहे. न्यायमंडळाकडून प्रशासनावर साधारण (Ordinary) व असाधारण (Extra-Ordinary) अशा दोन मार्गांनी नियंत्रण ठेवले जाते. या दोन मार्गाचे विश्लेषण खालीलप्रमाणे करता येईल.

१) न्यायालयाच्या साधारण उपाययोजना (Ordinary Remedies)

'साधारण उपाययोजना म्हणजे सनदी सेवकांकडून व्यक्तिस्वातंत्र्यावर अन्याय झाला किंवा सनदी सेवकाने अयोग्य मार्गाने अन्यायकारक वर्तन केले तर नागरिकांना न्यायालयात शासनविरोधी खटला भरता येतो त्यास न्यायालयीन साधारण उपाययोजना असे म्हणतात,' प्रशासकीय अधिकाऱ्यांनी एखादा गुन्हा केला तर शासनाची मान्यता घेऊन सनदी सेवकांवर गुन्हा दाखल केला जातो. अशी तरतूद घटनेच्या ३००व्या कलमात केलेली आहे. भारताचे राष्ट्रपती, राज्यपाल, न्यायाधीश, मुख्य निवडणूक आयुक्त यांच्यावरती अशा प्रकारचे खटले भरता येत नाहीत. यांच्यावर महाभियोग खटला चालविला जातो.

सनदी सेवक त्यांच्या कर्तव्यपालनात बेफिकीर असल्यास भारतीय प्रशासनात जबाबदारीचा अभाव आढळून येतो. हे टाळण्यासाठी घटनात्मक उपाययोजना केल्या पाहिजेत. त्यामुळे सनदी सेवक अधिक जबाबदारीने, जाणिवेने आपल्या कर्तव्याचे पालन करतील.

२) न्यायालयाच्या असाधारण उपाययोजना (Extra-Ordinary Remedies)

न्यायालयीन नियंत्रणात असाधारण उपाययोजना हा घटक महत्त्वाचा मानण्यात आलेला आहे. भारतीय राज्यघटनेच्या ३२ आणि २२६व्या कलमांत नागरिकांच्या मूलभूत अधिकारांच्या संरक्षणासाठी तरतूद करण्यात आलेली आहे. भारतातील प्रत्येक नागरिकाला न्यायालयाकडे अर्ज करून आपल्या हक्कांवर झालेले आक्रमण दूर करता येते. मूलभूत अधिकारांच्या संरक्षणासाठी व्यक्ती जेव्हा न्यायालयाकडे अर्ज करते तेव्हा न्यायालयाला पुढील पाच प्रकारचे आदेश काढता येतात.

ते आदेश खालीलप्रमाणे सांगता येतील–

न्यायालयीन आदेश

१) बंदी प्रत्यक्षीकरण (Hebeas Corpus) : भारतीय नागरिकाला राज्यघटनेने दिलेला हा महत्त्वाचा अधिकार आहे. 'कोणत्याही व्यक्तीला बेकायदेशीररीत्या अटक करून ठेवले तर त्या व्यक्तीला अथवा तिच्या मित्राला न्यायालयाकडे घटनात्मक अर्ज करता येतो. त्यास 'बंदी प्रत्यक्षीकरण' असे म्हणतात.'

असा अर्ज न्यायालयात दाखल झाल्यानंतर न्यायालय, अटक करून ठेवली आहे त्यांना बोलाविते, दोन्ही बाजूंचे म्हणणे ऐकून घेऊन अटक बेकायदेशीर असेल तर त्या निरपराध व्यक्तीला सोडून देते. बंदी प्रत्यक्षीकरणाच्या उपाययोजनेमुळे अटक झालेल्या व्यक्तीला २४ तासांच्या आत कोर्टासमोर हजर करून अटकेचे कारण द्यावे लागते.

२) परमादेश : (Mandamus) : न्यायालयीन नियंत्रणाचा हा अत्यंत महत्त्वाचा अधिकार आहे. एखादी व्यक्ती अथवा संस्था किंवा सनदी सेवक आपल्या कर्तव्याचे पालन करीत नसेल आणि त्यामुळे एखाद्या व्यक्तीवर अन्याय होत असेल तर ती व्यक्ती न्यायालयाकडे अर्ज करू शकते त्यास 'परमादेश' असे म्हणतात.

अशा वेळी न्यायालय तो अर्ज स्वीकारून त्या व्यक्तीवरील अन्याय ताबडतोब नाहीसा करावा, असा आदेश अन्याय करणाऱ्या अधिकाऱ्याला देते. 'मॅनॅमस' या लॅटीन शब्दाचा अर्थ 'आम्ही आज्ञा देतो' असा आहे.

३) प्रतिषेध (Prohibition) : प्रतिषेध हा न्यायालयीन नियंत्रणाचा एक महत्त्वाचा अधिकार आहे. 'एखादा खटला न्यायालयात चालू असताना किंवा कनिष्ठ न्यायालयाला तो खटला चालविण्याचा अधिकार नसेल तर त्या खटल्याची सुनावणी (कामकाज) थांबविण्याविषयी उच्च न्यायालयाकडे अर्ज करता येतो त्यास 'प्रतिषेध किंवा बंदी हुकूम असे म्हणतात.' वरिष्ठ न्यायालयात अशा प्रकारचा अर्ज मंजूर झाल्यास उच्च न्यायालय बंदी हुकूम काढून कनिष्ठ न्यायालयातील त्या खटल्याचे कामकाज थांबवू शकते.

४) अधिकार पृच्छा (Quo-Warranto) : 'न्यायालयीन नियंत्रणांचा व्यक्तीला मिळालेला हा एक अधिकार आहे.' एखाद्या व्यक्तीला सार्वजनिक किंवा सरकारी पदावर राहण्याचा अधिकार नाही असे वाटल्यास व्यक्ती न्यायालयात अर्ज सादर करते त्यास 'अधिकार पृच्छा' असे म्हणतात. परंतु असा अर्ज करण्यासाठी व्यक्तीला काही अटी घालण्यात आल्या आहेत; ज्याच्या विरुद्ध अर्ज करावयाचा आहे, त्या पदाच्या बाबतीत त्याचे हित सामावलेले आहे व जी व्यक्ती वास्तविकरीत्या समजण्यात येते व ते पद स्थायी स्वरूपाचे असल्यास ते पद सोडण्यास न्यायालय मान्यता देते.

५) उत्प्रेषण (Certiorari) : 'कनिष्ठ न्यायालयाकडे चालू असलेला एखादा खटला वरिष्ठ न्यायालयाकडे चालवावा असे वरिष्ठ न्यायालय कनिष्ठ न्यायालयाला आदेश काढून त्या खटल्याची सर्व माहिती वरिष्ठ न्यायालयाकडे पाठवावी, असा आदेश काढते त्यास 'उत्प्रेषण' असे म्हणतात.' असा आदेश काढून कनिष्ठ न्यायालयाकडून आलेल्या कागदपत्रांच्या व पुराव्यांच्या आधारे वरिष्ठ न्यायालय त्या खटल्याचा निर्णय देऊ शकते.

अशा प्रकारे वरील पाच प्रकारच्या घटनात्मक उपायांचा अवलंब करून नागरिकांच्या मूलभूत हक्कांचे संरक्षण न्यायालयीन नियंत्रणातून केले जाते.

न्यायालयीन नियंत्रणाच्या मर्यादा (Limits of Judicial Control)

राज्याच्या प्रशासनावर न्यायालयाचे नियंत्रण आवश्यक व महत्त्वाचे मानले

जात असले तरी प्रत्यक्षात न्यायालयाच्या नियंत्रणावर काही मर्यादा येतात.

त्या खालीलप्रमाणे स्पष्ट करता येतील–

१) न्यायालय स्वत: कोणत्याही व्यक्तीच्या अधिकारावर अन्याय झाला म्हणून प्रशासकीय बाबींची कायदेशीर बाजू पडताळून पाहत नाही; जर व्यक्तीच्या स्वातंत्र्यावर अन्याय झाला असेल व न्यायालात अर्ज केला तर न्याय देण्याचे काम करते.

२) प्रशासनाची अनेक प्रकारची कामे न्यायालयाच्या कक्षेबाहेर ठेवली जातात. भारतीय संसद कोणते विषय व कामे न्यायालयीन कक्षेबाहेर ठेवावीत हे ठरविते त्यामुळे न्यायालयीन नियंत्रणावर मर्यादा येतात.

३) न्यायालयीन प्रक्रिया ही विलंब लावणारी व खर्चीक स्वरूपाची आहे. त्यामुळे व्यक्तीला अनेक वर्षे वेळ व पैसा देऊन थांबावे लागते. सामान्य व्यक्ती न्याय मिळण्याची अपेक्षा करीत नाही.

४) भारताच्या प्रशासनातील काही निर्णय आणि कृती या तांत्रिक स्वरूपाच्या असतात. त्या बाबत सर्वसाधारण न्यायालयाला न्याय देणे अवघड होऊन बसते. अशा वेळी प्रशासकीय न्यायाधीकरणे स्थापन केली जातात; अशी न्यायालये उपयुक्त ठरू लागली आहे.

न्यायालयीन नियंत्रण हा प्रशासनावरील एक महत्त्वाचा व अभ्यासाचा विषय झाला आहे. वरील प्रकारच्या न्यायालयीन मार्गातून व्यक्तीचे स्वातंत्र्य अबाधित ठेवण्याचा प्रयत्न न्यायालय करताना दिसते.

सराव प्रश्न :

१) प्रशासकीय जबाबदारी ही संकल्पना स्पष्ट करा.

२) प्रशासनावरील विधिमंडळाचे नियंत्रण सांगा.

३) प्रशासनावरील न्यायदानमंडळाचे नियंत्रण सांगा.

४) प्रशासकीय जबाबदारी या संकल्पनेचा अर्थ सांगा.

५) प्रशासकीय जबाबदारीचे महत्त्व सांगा.

बहुपर्यायी प्रश्न

सेमिस्टर – ५

प्रकरण १

१) लोकप्रशासन हा विषय .... ची उपशाखा आहे.

उत्तर : राज्यशास्त्र

२) १८७३ मध्ये लोक प्रशासन याविषयाला राज्यशास्त्राची उपशाखा म्हणून कोणी मान्यता दिली?

उत्तर : अमेरिकन पोलिटिकल सायन्स असोसिएशन

३) लोकप्रशासनातील 'लोक' या घटकावर कोणी भर दिला?

उत्तर : वॉल्डो

४) १९५४ मध्ये कोणत्या संस्थेची स्थापना झाली?

उत्तर : इंडियन इन्स्टिट्यूट ऑफ पब्लिक ॲडमिनिस्ट्रेशन

५) सार्वजनिक हिताची कार्ये पार पाडणारी यंत्रणा कोणाला म्हटले जाते?

उत्तर : लोकप्रशासन

६) .... च्या चौकटीबाहेर लोकप्रशासन जात नाही.

उत्तर : कायद्या

७) लोक प्रशासनाचा व्यवहार ...... तत्त्वावर चालतो.

उत्तर : ना-नफा

८) कायद्याची तपशीलवार आणि पद्धतशीर अंमलबजावणी करणे म्हणजे ..... होय.

उत्तर : लोकप्रशासन

९) लोकप्रशासनाची व्याप्ती व्यापक अर्थाने कोणी स्पष्ट केली?

उत्तर : वॉलकर व एल. डी. व्हाईट

१०) लोकप्रशासनाची व्याप्ती संकुचित अर्थाने कोणी स्पष्ट केली?

उत्तर : हेन्री फेयॉल व ल्यूथर ग्युलीक

११) प्रशासनाची मूलभूत तत्त्वे कोणत्या नावाने ओळखली जातात?

उत्तर : पोस्टकार्ब

१२) आज्ञैक्य तत्त्वाच्या मर्यादा कोणी स्पष्ट केल्या

उत्तर : हर्बर्ट सायमन व रॉबर्ट डाल

१३) कोणी संघटनाविषयक शास्त्रीय व्यवस्थापन सिद्धांत मांडला?

उत्तर : फ्रेडरिक टेलर

१४) प्रशासकीय कार्यक्षमता व सेवकांची मानसिकता यांचा संबंध कोणी स्पष्ट केला?

उत्तर : एल्टन मेयो

१५) संघटनेच्या औपचारिक रचनेवर कोणी भर दिला?

उत्तर : हर्बर्ट सायमन

१६) नोकरशाही ही संकल्पना प्रथम कोणी मांडली?

उत्तर : मॅक्स वेबर

१७) प्रातिनिधिक नोकरशाहीचा विचार कोणी मांडला?

उत्तर : हॅरी कॅन्झ व सॅम्युएल किस्लाव्ह

१८) तुलनात्मक लोकप्रशासनाचा अभ्यास कोणी केला?

उत्तर : अमेरिकन सोसायटी फॉर पब्लिक ॲडमिनिस्ट्रेशन (१९६३)

१९) विकसनशील देशांमध्ये साामजिक बदल व विकासाचे साधन म्हणून कोणाची भूमिका महत्त्वाची आहे?

उत्तर : लोकप्रशासनची

२०) 'जर आपली संस्कृती अयशस्वी ठरली तर तिचे मुख्य कारण प्रशासन होय' असे कोणी म्हटले आहे.

उत्तर : व्ही. व्ही. डूनहम

२१) लोकप्रशासन कोणाला क्रियाशील बनविते?

उत्तर : समाजाला

२२) देशाच्या संपूर्ण भागामध्ये सार्वजनिक सेवा पोहचविण्याचे काम कोण करते?

उत्तर : लोकप्रशासन

२३) .... जनतेच्या हिताच्या दृष्टीकोनातून कायद्याची अंमलबजावणी करते.

उत्तर : लोकप्रशासन

२४) लोकप्रशासन मानवकेंद्रित करण्यावर कोणी भर दिला?

उत्तर : जॉर्ज फ्रेडरिकसन व इवाइट वॉल्डो

२५) शासन व प्रशासन हे दोन स्वतंत्र विषय आहेत असे कोणी म्हटले?

उत्तर : वुड्रो विल्सन (१८७७)

प्रकरण – २

१) '4D' कोणाला म्हटले जाते.

उत्तर : विकेंद्रीकरण, विनोकरशाहीकरण, प्रदान व लोकशाहीकरण

२) 4D कोणाचे साध्य आहे?

उत्तर : नव-लोकप्रशासन

३) कोणत्या दशकात नवलोकप्रशासनाचा उदय झाला?

उत्तर : १९६०

४) नवलोकप्रशासन कोणत्या देशात उदयाला आले?

उत्तर : अमेरिका

५) नवलोकप्रशासनाचे प्रणेते कोणाला म्हटले जाते?

उत्तर : ड्वाइट वॉल्डो

६) नवीन लोकप्रशासनाकडील प्रवास मिनोब्रुक परिदृष्टी हा ग्रंथ कोणी संपादित केला?

उत्तर : फ्रँक मॅरिनी

७) The Administrative State (1948) हा ग्रंथ कोणी लिहिला?

उत्तर : ड्वाइट वॉल्डो

८) लोकप्रशासनाच्या दृष्टिकोनातून परिवर्तन व्हावे यासाठी १९७० नंतरच्या काळात केले गेलेले प्रयत्न ...... म्हणून ओळखले जातात.

उत्तर : नव-लोकप्रशासन

९) नवलोकप्रशासनाने कशावरती भर दिला?

उत्तर : परिवर्तन

१०) नव-लोकप्रशासनाने कोणत्या तत्त्वाचा स्विकार केला?

उत्तर : विकेंद्रीकरण

११) नव-लोकप्रशासानाने कोणत्या तत्त्वाला नकार दिला?

उत्तर : संकुचितपणा किंवा साचेबंदपणा

१२) नव-लोकप्रशासनाने तटस्थता नाकारून कोणते तत्त्व स्विकारले?

उत्तर : मूल्ये

१३) नव-लोकप्रशासनाचे ध्येय कोणते आहे?

उत्तर : सामाजिक समता

१४) लोकप्रशासन मूल्ययुक्त असावे याचा स्वीकार कोणी केला?

उत्तर : नव-लोकप्रशासन

१५) नव-लोकप्रशासनाने कशाला नकार दिला?

उत्तर : राजकारणाला

प्रकरण - ३

१) 'लोकप्रशासनाची तत्त्वे' हा ग्रंथ कोणी लिहला?

उत्तर : चार्ल्स बॅनिन (१९१२)

२) ऐतिहासिक दृष्टिकोन हा ...... दृष्टिकोन आहे.

उत्तर : पारंपरिक

३) वर्तनवादी दृष्टिकोन हा .... दृष्टिकोन आहे.

उत्तर : आधुनिक

४) अमेरिकन प्रशासनाचा ऐतिहासिक दृष्टीकोनातून कोणी अभ्यास केला?

उत्तर : एल. डी. व्हाईट

५) लोकप्रशासनाचा कायद्याच्या दृष्टिकोनातून कोणी अभ्यास केला?

उत्तर : फ्रँक जे. गुडनाऊ

६) कोणत्या देशामध्ये लोकप्रशासनाच्या अभ्यासासाठी वैधानिक दृष्टिकोन वापरला गेला?

उत्तर : फ्रान्स, जर्मनी

७) संस्थात्मक दृष्टिकोनामध्ये कोणत्या तत्त्वांचा समावेश होतो?

उत्तर : सेवक प्रशासन, आर्थिक प्रशासन, संघटना

८) लोकप्रशासनाचा शास्त्रीय दृष्टिकोन कोणी मांडला?

उत्तर : एल. डी. व्हाईट, विलोबी व वॉर्नर

९) लोकप्रशासनाचा व्यवस्थापन सिद्धांत कोणी मांडला?

उत्तर : हेन्री फेयॉल

१०) राजकीय दृष्टिकोन हा .... दृष्टिकोन आहे.

उत्तर : पारंपरिक

११) वर्तनवादी दृष्टिकोनाचा पुरस्कार कोणी केला?

उत्तर : मिस मेरी फॉलेट व हर्बर्ट सायमन

१२) वर्तनवादी दृष्टिकोनाचा मुख्य उद्देश कोणता?

उत्तर : लोकप्रशासानाला शास्त्रीय आणि वास्तववादी स्वरूप देणे

१३) 'गतिशील व्यवस्थापन' हा ग्रंथ कोणी लिहला?

उत्तर : मिस मेरी फॉलेट

१४) मूल्यनिरपेक्षता व शास्त्रीयता ही कोणत्या दृष्टिकोनाची तत्त्वे आहेत?

उत्तर : वर्तनवादी

१५) व्यवस्था दृष्टिकोनाचा प्रमुख कोणाला मानले जाते?

उत्तर : हर्बर्ट सायमन

प्रकरण ४

१) शासन चालविण्याची कृती म्हणजे .... होय.

उत्तर : शासनव्यवहार

२) जागतिक शासनव्यवहार ही संकल्पना कोणी मांडली?

उत्तर : जेम्स रोझानाऊ

३) सामुदायिक शासनव्यवहार हा शब्द सर्वप्रथम कोणी वापरला?

उत्तर : रिचर्ड ईल्स्

४) कोणत्या क्षेत्रामध्ये 'योजना शासनव्यवहार' ही संज्ञा वापरली जाते?

उत्तर : माहिती तंत्रज्ञान

५) सहभागी शासनव्यवहारामध्ये कोणत्या घटकाच्या सहभागावर भर दिला जातो?

उत्तर : जनता

६) कोणाच्या जबाबदारीवर ना - नफा शासनव्यवहार भर देतो?

उत्तर : विश्वस्त मंडळ

७) सुशासन म्हणजे ....

उत्तर : शाश्वत विकासासाठीचे शासन

८) सुशासन कोणत्या गोष्टींना नकार देते?

उत्तर : विषमता

९) सुशासनाचे १० निर्देशक कोणी सांगितले आहेत?

उत्तर : एल. एन. शर्मा व सुश्मिता शर्मा

१०) कौटिल्याच्या कोणत्या ग्रंथात सुशासनाचे निर्देशक आढळतात?

उत्तर : अर्थशास्त्र

११) सुशासनाचे ध्येय कोणते आहे?

उत्तर : जनकल्याण

१२) माहिती - तंत्रज्ञानाचा वापर शासनाच्या कार्यप्रणालीमध्ये करणे म्हणजे ...... होय.

उत्तर : ई - शासन

१३) SMART चा अर्थ ....

उत्तर : सोपे, नैतिक, जबाबदार, प्रतिसाद, पारदर्शी

१४) प्रशासकीय प्रक्रियेची पुर्नरचना करण्यासाठी .... चा वापर केला जातो.

उत्तर : ई - शासना

१५) ई-शासनामुळे नागरिकांना .... उपलब्ध होते.

उत्तर : माहिती

१६) शासन ते नागरिक यांच्यामध्ये सेवा केंद्रामार्फत संवाद प्रस्थापित होतो हा ...... प्रकार आहे.

उत्तर : ई - शासनातील संवादाचा

१७) सार्वजनिक सुविधा व पायाभूत सेवा सुविधा पुरवण्यासंबंधी खाजगी क्षेत्र व

सरकार यांच्यामध्ये झालेला करार म्हणजे ...... होय.

उत्तर : सार्वजनिक खाजगी भागीदारी

१८) भारतात कोणत्या क्षेत्रात सार्वजनिक खाजगी भागीदारीचे क्षेत्र विस्तारले आहे?

उत्तर : रस्ते, वीज, शिक्षण

१९) सार्वजनिक खाजगी भागीदारीचे तत्त्व कशाशी संबंधित आहे?

उत्तर : खाजगीकरण, जागतिकीकरण

२०) बांधा, वापरा व हस्तांतरित करा हे तत्त्व कोठे वापरले जाते?

उत्तर : सार्वजनिक खाजगी भागीदारी

सेमिस्टर ६

प्रकरण – १

१) .... म्हणजे प्रशासकीय धोरण-निश्चिती करणारा गट होय.

उत्तर : नोकरशाही.

२) .... हे नोकरशाहीचे वैशिष्ट्य असते.

उत्तर : कार्याचे विशेषीकरण

३) नोकरशाही संकल्पना कोणी मांडली?

उत्तर : मॅक्स वेबर

४) मॅक्स वेबरच्या मते, नोकरशाहीचे महत्त्वाचे वैशिष्ट्य कोणते?

उत्तर : गुणवत्तेवर आधारित भरती

५) शासनाच्या कार्यकारी यंत्रणेमध्ये बदल घडवून आणणारी यंत्रणा म्हणजे ....

उत्तर : प्रशासकीय सुधारणा

६) रचनात्मक सुधारणा कशाशी संबंधित असते?

उत्तर : कामाचे विभाजन, विकेंद्रिकरण

७) प्रक्रियात्मक सुधारणांमध्ये कशावरती भर दिला जातो?

उत्तर : नियमांमध्ये व कामाच्या प्रक्रियेमध्ये बदल करण्यावरती.

८) अमेरिकन शासनाने कोणता आयोग स्थापन केला?

उत्तर : अमेरिकन नागरी सेवा आयोग

९) प्रशासकीय सुधारणा करण्यासाठी नियोजन आयोगाने १९५१ मध्ये कोणती समिती नियुक्त केली?

उत्तर : ए. डी. गोरवाला

१०) १९६४ मध्ये कोणत्या आयोगाने प्रशासकीय सुधारणासंबंधी शिफारशी केल्या?

उत्तर : सनथानाम आयोग

११) पहिला प्रशासकी आयोग कोणी स्थापन केला?

उत्तर : केंद्र सरकारने

१२) पहिला प्रशासकीय आयोग केव्हा स्थापना करण्यात आला?

उत्तर : ५ जानेवारी १९६६

१३) दुसरा प्रशासकीय आयोग केव्हा व कोणाच्या अध्यक्षतेखाली स्थापन करण्यात आला?

उत्तर : ३१ ऑगस्ट २००५ विरप्पा मोइली

१४) दुसऱ्या प्रशासकीय आयोगाच्या स्थापने मागील हेतू कोणता होता?

उत्तर: लोक प्रशासन व्यवस्थेमध्ये सुधारणा घडवून आणणे.

१५) दुसऱ्या प्रशासकीय सुधारणा आयोगाच्या सेक्रेटरी कोण होत्या?

उत्तर: विनिता रॉय.

प्रकरण – २

१) नागरी सेवेतील एखाद्या रिकाम्या पदासाठी उमेदवारांना स्पर्धा परिक्षेत भाग घेण्यासाठी आकर्षित करणे म्हणजे .... होय.

उत्तर : भरती

२) राजकीय आधारावर नोकर वर्गाची भरती होते. त्यापद्धतीस काय संबोधिले जाते?

उत्तर : लूट पद्धती

३) लूट पद्धतीचा उदय कोणत्या देशात झाला?

उत्तर : अमेरिका

४) प्रशासनातील रिकाम्या पदावर नेमणुका करताना उमेदवाराची योग्यता किंवा पात्रता पाहूनच भरती करणे यास .... म्हणतात.

उत्तर : योग्यता पद्धती

५) प्रत्यक्ष भरती पद्धती कोणत्या मूल्यांवर आधारित असते?

उत्तर : लोकशाही

६) सनदी सेवकांना त्यांच्या कार्याविषयी जे ज्ञान करून दिले जाते, आणि सेवकांना त्यांच्या सेवेत ते उपयुक्त ठरते, त्यास .... म्हणतात.

उत्तर : प्रशिक्षण

७) प्रशिक्षणाचे प्रकार कोणते?

उत्तर : औपचारिक व अनौपचारिक

८) औपचारिक प्रशिक्षणाचे कोणते प्रकार आहेत?

उत्तर : प्रवेशपूर्व, प्रवेशोत्तर प्रशिक्षण, कार्यात्मक, सेवा काळातील

९) भारतीय लोकप्रशासन संस्था कोठे आहे?

उत्तर : नवी दिल्ली

१०) लालबहादूर शास्त्री राष्ट्रीय प्रशासन अकादमी कोठे आहे?

उत्तर : मसुरी

११) प्रशासकीय संघटनेतील कर्मचाऱ्यांची कनिष्ठ पदावरून वरिष्ठ पदावर नियुक्ती करणे म्हणजे बढती अशी संज्ञा कोणी केली?

उत्तर : विलोबी

१२) नागरी सेवकांना बढती देताना कोणती तत्त्वे स्विकारली जातात?

उत्तर : ज्येष्ठता, गुण-श्रेष्ठता

१३) स्पर्धा परिक्षा ....आहे.

उत्तर : गुण-श्रेष्ठतेचे तत्त्व

१४) नागरी सेवेतील कर्मचाऱ्यांच्या कार्यक्षमतेचे मोजमाप कोणत्या तत्त्वांच्या आधारे केले जाते?

उत्तर : सेवकांचे गुण, उत्पादन क्षमता, वर्तणुक.

१५) बढतीच्या ज्येष्ठता तत्त्वावर कोणी टिका केली आहे?

उत्तर : फिफनगर व जेफर्सन

प्रकरण – ३

१) आर्थिक प्रशासनामध्ये .... महत्त्वाचा भाग असतो.

उत्तर : अंदाजपत्रक

२) संसदीय शासन पद्धतीत अंदाजपत्रकाला कोणत्या सभागृहाची मान्यता आवश्यक असते?

उत्तर : कनिष्ठ सभागृह

३) 'एका विशिष्ट कालखंडासाठी केलेली सरकारची आर्थिक योजना म्हणजे अंदाजपत्रक' अशी कोणी संज्ञा केली आहे?

उत्तर : टेलर

४) एकात्मक एकल अर्थसंकल्प कशास म्हटले जाते?

उत्तर : शासनाच्या सर्व विभागांसाठी एकच अर्थसंकल्प असतो त्याला.

५) ज्या अर्थ संकल्पात जमेपेक्षा खर्चाची बाजू अधिक असते त्यास काय म्हटले जाते?

उत्तर : तुटीचा अर्थ संकल्प

६) ज्या अर्थ संकल्पात उत्पन्न व खर्च यांचे अंदाज बरोबर असतात. त्यास .... अर्थ संकल्प म्हणतात.

उत्तर : संतुलित

७) आर्थिक वर्षात मंजूर झालेली रक्कम खर्च झाली नसेल तर त्यास .... म्हटले जाते.

उत्तर : व्यपगत

८) अर्थ संकल्पाचे जेंडर दृष्टीकोनातून परीक्षण करणे म्हणजे .... होय.

उत्तर : जेंडर बजेंटिंग

९) अर्थ संकल्पामध्ये महिलांच्या विशिष्ट गरजा पूर्ण करण्यासाठी सकारात्मक कृतीचे धोरण स्विकारणे म्हणजे .... होय.

उत्तर : जेंडर बजेटिंग

१०) जेंडर बजेटिंगमुळे कोणती उद्दिष्टे साध्य होऊ शकतात.

उत्तर : लैंगिक समानता, मानवी विकास, आर्थिक कार्यक्षमता.

११) ग्लोबल जेंडर इंडेक्स २०२० मध्ये भारताचा कितवा क्रमांक होता?

उत्तर : ११२

१२) भारतामध्ये सर्व प्रथम केव्हा 'जेंडर बजेट' मांडण्यात आले?

उत्तर : २००५-२००६

१३) शासनाच्या योजनांमधील १०० टक्के निधी महिलांसाठी राखीव ठेवला जातो. त्याचा समावेश कोठे होतो?

उत्तर : जेंडर बजेंट स्टेटमेंट विभाग-अ

१४) महाराष्ट्रामध्ये जेंडर बजेंट संकल्पना केव्हा स्विकारण्यात आली?

उत्तर : २०१३

१५) भारतातील जेंडर बजेटिंगचे महत्त्वाचे टप्पे कोणते.

उत्तर : ज्ञान निर्माण व नेटवार्किंग, संस्थात्मक प्रक्रिया समता व जबाबदारी वाढविणे.

प्रकरण – ४

१) प्रशासनातील सनदी नोकर वर्गाने जनतेशी जबाबदार राहून केलेले काम म्हणजे ....

उत्तर : प्रशासकीय जबाबदारी

२) भारतामध्ये विधिमंडळ हे प्रशासनावर कोणत्या आयुधांच्या आधारे नियंत्रण ठेवते?

उत्तर : प्रश्नोत्तर

३) शून्य प्रहराचा वापर कोण करतो?

उत्तर : विधिमंडळ हे प्रशासनावर नियंत्रण ठेवण्यासाठी वापर करते.

४) आर्थिक प्रशासनावर नियंत्रण ठेवण्यासाठी कोणती यंत्रंणा कार्य करते?

उत्तर : लेखांकन व लेखापरिक्षण

५) 'प्रशासकीय कृतींवरती न्यायालयाचे नियंत्रण' ही संकल्पना कोणत्या तत्त्वातून आली आहे?

उत्तर : कायद्याचे राज्य

६) न्यायदान मंडळाकडून प्रशासनावर कोणत्या दोन मार्गांनी नियंत्रण ठेवले जाते?

उत्तर : साधारण व असाधारण

७) न्यायालयाच्या साधारण उपाययोजनेची तरतूद राज्यघटनेच्या कोणत्या कलमात आहे?

उत्तर : कलम ३००

८) भारतीय राज्यघटनेच्या कोणत्या कलमात नागरिकांच्या मूलभूत अधिकारांच्या संरक्षणाची तरतूद आहे?

उत्तर : कलम ३१

९) .... हा न्यायालयीन नियंत्रणाचा एक महत्त्वाचा अधिकार आहे.

उत्तर : प्रतिषेध

१०) एखाद्या व्यक्तीला सार्वजनिक किंवा सरकारी पदावर राहण्याचा अधिकार नाही असे वाटल्यास व्यक्ती न्यायालयात अर्ज सादरे करते. त्यास .... म्हणतात.

उत्तर : अधिकार पृच्छा

११) संसद कोणत्या समित्या स्थापन करून प्रशासनावर नियंत्रण ठेवते?

उत्तर : सार्वजनिक हिशेब समिती, अनुमान समिती, लोकोद्योग समिती.

१२) .... घडवून संसद प्रशासनाला क्रियाशील बनविते.

उत्तर : वादविवाद, चर्चा

१३) भारतीय घटक राज्यांमध्ये .... माध्यमातून नियंत्रण ठेवले जाते.

उत्तर : लोकायुक्त

१४) अमेरिकेमध्ये प्रशासनाचा प्रमुख कोण असतो?

उत्तर : राष्ट्राध्यक्ष

१५) अमेरिकत सार्वजनिक धोरण निर्मितीचे कार्य कोण करते?

उत्तर : काँग्रेस

पारिभाषिक शब्दावली

Administration	- प्रशासन
Public Administration	- लोकप्रशासन
Private Administration	- खाजगी प्रशासन
Significance	- महत्त्व
New Public Administration	- नवलोकप्रशासन
Approach	- दृष्टीकोन
Traditional Approach	- पारंपरिक दृष्टीकोन
Behavioral Approach	- वर्तनवादी दृष्टीकोन
System Approach	- व्यवस्था दृष्टीकोन
Governance	- शासनव्यवहार
Good Governance	- सुशासन
E-Governance	- ई–शासन
Public-Private Partnership	- सार्वजनिक –खाजगी भागीदारी
Bureaucracy	- नोकरशाही
Administrative Reforms	- प्रशासकीय सुधारणा
Personnel Administration	- सेवक प्रशासन
Recruitment	- भरती
Training	- प्रशिक्षण
Promotion	- बढती
Budget	- अंदाजपत्रक
Accountability	- जबाबदारी/उत्तरदायित्व
Control	- नियंत्रण
Administrative Accountability	- प्रशासकीय जबाबदारी
Legislative Control	- विधीमंडळाचे नियंत्रण
Judicial Control	- न्यायालयीन नियंत्रण
Gender Budgeting	- जेंडर बजेटिंग

संदर्भसूची

१. अवस्थी आनंद, २००२, विकास प्रशासन, लक्ष्मी नारायण अग्रवाल, आग्रा.

२. जैन अशोक, १९९२, लोकप्रशासन, सेठ पब्लिकेशन, मुंबई.

३. नान्देडकर व्ही.जी., के'सागर, १९९९, लोकप्रशासन, अनिरुद्ध पब्लिकेशन हाऊस, पुणे.

४. पळशीकर सुहास, १९९५, लोकप्रशासन, तर्कतीर्थ लक्ष्मणशास्त्री जोशी (संपा.), मराठी विश्वकोश खंड १५, महाराष्ट्र राज्म मराठी विश्वकोश निर्मिती मंडळ, मुंबई. पान नं. ७०२ ते ७०७.

५. पवार प्रकाश (संपा.), २०१२, समकालीन राज्यशास्त्र, डायमंड पब्लिकेशन्स, पुणे.

६. पवार प्रकाश, २०१०, सार्वजनिक धोरण, प्रतिमा प्रकाशन, पुणे.

७. पाटील वा. ब., १९९९, विकासाचे प्रशासन, विद्या प्रकाशन, नागपूर.

८. पाटील वा. भा., १९९८, लोकप्रशासन, श्री मंगेश प्रकाशन, नागपूर.

९. भोगले शांताराम, १९९८, भारतीय प्रशासन, अनुपम प्रकाशन, औरंगाबाद.

१०. माहेश्वरी श्रीराम, २००६, 'भारतीय प्रशासन', ओरिएंट लॉगमन, मुंबई.

११. व्होरा राजेंद्र, सुहास पळशीकर (संपा.), १९८७, राज्यशास्त्र कोश, दास्ताने रामचंद्र आणि कं., पुणे.

१२. जेंडर बजेटचे आव्हान पेलणार? महाराष्ट्र टाइम्स, ३० ऑगस्ट २०१६

१३. Arora Ramesh, Goyal Rajni, 2007, Indian Public Administration, Vishwa Prakashan, New Delhi.

१४. Avasthi Amreshwar, Maheshwari Shriram, 1982, Public Administration, Lakshmi Naraian Agarwal, Agra.

१५. Avasthi and Maheshwari, 2010, Public Administration, Lakshmi Narain Agarwal, Agra.

१६. Bhagwan Vishnu, Bhushan Vidya, 2007, Public Administration, S. Chand and Company Ltd., New Delhi.

१७. Chaudhary Sunil, 2007, Politics of Policy Science, Global Vision Publication House, New Delhi.

१८. Cox, Buck and Morsan, 2005, Public Administration in Theory and Practice, Pearson, Delhi.

१९. Fadia B. L. and Fadi Kuldeep, 2006, Public Administration : Administrative Theories and Concepts, Sahitya Bhawan Pub. Agra. 03.

२०. Henry Nicholas, 2007, Public Administration and Public Affairs, Persan, Delhi.

२१. Khan Haroon, 2008, An Introduction to Public Administration, University Press of America.

२२. Laxmikanth M., 2011, Public Administration, Tata McGraw Hill, New Delhi.

२३. Pierre Jon and B. Guy Peters (Ed.), 2003, Handbook of Public Administration, Sage, London.

२४. Sharma R. D., 1992, Development Administration Theory and Practice, H. K. Publishers and Distributers, Delhi.

२५. Singh Sahib and Singh Swinder, 2006, Public Administration, Theory and Practice, New Academic Publication Co, Jalandhar.

२६. White L.D., 1929, 'Introduction to the study of Public Administration.'

२७. Shrya Raman, India's gender budget was almost same for 13 years, 31 Jan. 2021, www.business standard.com

२८. Kuruvilla Moly, Irene George, 2020, Handbook of Research on New Dimensions of Gender Mainstreaming and Women Empowerment, Vibhuti Patel, Gender responsive budgeting in India.

२९. Patel Vibhuti, Gender Budgetting and Women, e-PG pathshala, 22 Oct. 2020.